சிவப்பு பட்டுக் கயிறு

தேனம்மை லெக்ஷ்மணன்

டிஸ்கவரி புக் பேலஸ்

கே.கே.நகர் மேற்கு, சென்னை - 600 078.
(பாண்டிச்சேரி கெஸ்ட் ஹவுஸ் அருகில்)
Ph: 044-6515 7525 Mobile: +91 87545 07070

சிவப்பு பட்டுக் கயிறு (சிறுகதைகள்)
ஆசிரியர்: தேனம்மை லெக்ஷ்மணன்©

Sivappu Pattu Kayiru (Short Stories)
Author: Thenammai Lakshmanan©

Publisher: Discovery Book Palace
First Edition: May - 2016
Pages: 104
ISBN: 978-93-84301-36-1
Cover Design: Manikandan
Book Design: R.Prakash

Discovery Book Palace (P) Ltd,
6, Mahaveer Complex, Munusamy Salai,
K.K.Nagar West, Chennai-600 078.
Ph: +91 - 44-6515 7525
Mobile: +91 87545 07070

E-mail: discoverybookpalace@gmail.com,
Website: www.discoverybookpalace.com

Rs. 80

எனது பேரன்பிற்கும் பெருமதிப்பிற்கும் உரிய
அருணாசல ஐயா அவர்களுக்கு.

எனது நன்றிகள்...

எனது முதல் நூலான போராடி ஜெயித்த பெண்களின் கட்டுரைத் தொகுப்பு 'சாதனை அரசி'களை வெளியிட்ட எனது கணவருக்கும், இரண்டாவது நூலான குழந்தைக் கவிதைகள் 'ங்கா'வை வெளியிட்ட தாமோதர் சந்துரு அண்ணன் அவர்களுக்கும், மூன்றாவது நூலான கவிதைத் தொகுதி 'அன்ன பட்சியை' வெளியிட்ட நண்பர் அகநாழிகை பொன்.வாசுதேவனுக்கும், நான்காவது நூலான கவிதைத் தொகுதி 'பெண் பூக்களை' வெளியிட்ட நண்பர் புதிய தரிசனம் ஜெபக்குமார் அவர்களுக்கும் எனது ஐந்தாவது நூலான 'சிவப்புப் பட்டுக் கயிறை' வெளியிடும் 'டிஸ்கவரி புக் பேலஸ்' சகோதரர் வேடியப்பனுக்கும் மனமார்ந்த நன்றிகளும் வாழ்த்துகளும். வாழ்க வளமுடன்.

தேனம்மை லெக்ஷ்மணன்

பொருளடக்கம்

1.	சிவப்பு பட்டுக் கயிறு	9
2.	சூலம்	15
3.	கருணையாய் ஒரு வாழ்வு...	21
4.	கத்திக் கப்பல்	25
5.	பட்டாம் பூச்சிகளும் பூக்களும்	33
6.	செம்மாதுளைச்சாறு	41
7.	நான் மிஸ்டர் Y	47
8.	சொர்க்கத்தின் எல்லை நரகம்	53
9.	அப்பத்தா	57
10.	ரக்ஷாபந்தன்	63
11.	பிள்ளைக்கறி	68
12.	எருமுட்டை	75
13.	நந்தினி	81
14.	கல்யாண முருங்கை	90
15.	ஸ்ட்ரோக்	97

சிவப்பு பட்டுக் கயிறு

பட்டியக்கல்லில் இருந்து கீழ் வாசலுக்குள் தண்ணீர் வடிந்து கொண்டிருந்தது. கீழ்ப்பத்தி மூலையில் தாழ்வாரத்திலிருந்து காசாணி அண்டாவில் தண்ணீர் நிரம்பி வழிந்தபடி இருந்தது. இதுதான் இன்னும் சிலநாட்களுக்குக் குடிக்கவும் சமைக்கவும். நல்லவேளை தண்ணீர் தூக்ககுடி தண்ணி ஊரணிக்கு பித்தளைக்குடமும் புளியுமாகப் போகவேண்டாம்.அங்கே செம்மண்ணில் தேய்த்து அதிலேயே கழுவி அப்புறம் கொஞ்சம் ஊரணிக்கு உள்ளே போய் தெளிந்த தண்ணீர் மோந்துகிட்டு வரணும். இப்ப கொஞ்ச நாளைக்கு அந்த அவஸ்தையில்லை என்ற நினைப்பே அவளுக்குப் போதுமானதாய் இருந்தது.

வெய்யில் நாளில் வரும் மழை குளுமையை மட்டுமல்ல, கொஞ்சம் வெக்கையையும்தான் கிளப்பிக் கொண்டு வருகிறது. ஐயா பட்டாலையில் குறிச்சியில் உட்கார்ந்து சுருட்டைப் புகைத்தபடி பார்த்துக் கொண்டிருந்தார்...

காஃபி போடவேண்டும். இந்த மழைக் காலத்தில்தான் காஃபி, டீ எல்லாம் அவ்வளவு ருசிக்கும். கருப்பட்டி காப்பி, சுக்குக் காப்பிகூட. திருமணம் ஆகியும்கூட ஆத்தா வீட்டின் ருசி என்பது எவ்வளவு பிடித்தமானதாய் இருக்கிறது. திருமணம் ஆகிச் சென்றபின் புகுந்த வீட்டின் எல்லாவற்றோடும் பிடித்தமானதைவிட வீடுதான் முதலில் ஒட்டும் இடமாக இருக்கிறது. தாய் வீடு சொந்த சுவாசம்போலவும், மாமியார் வீடு

கொஞ்ச காலத்துக்கு ஆக்ஸிஜன் சிலிண்டரில் சுவாசிப்பது போலவும் இருக்கிறது. வீட்டின் கதவுகள், ரூம்கள், அலமாரிகள், பொருட்களுடனான பரிச்சயம் அதிகமான பின் அதுவும் இன்னொரு சுவாசமாய் ஓடிக்கொண்டுதான் இருக்கிறது

நெல் பயிரை இரண்டு முறை நடவு செய்வதுபோல். ஒரு இடத்திலிருந்து மறு நடவு செய்தபின்தான் அது செழிக்குமென்றால் அதைத்தானே செய்ய வேண்டும். என்ன சொன்னாலும் வேரோடிய இடத்திலிருந்து பிடுங்குவது வலிக்கத்தானே செய்கிறது மண்ணுக்கும் பயிருக்கும்.

மாசமான பின் பேறுக்காக ஆத்தா வீடு வந்த பின் அந்த வீடு பழக்கப்பட்டதாய் இருந்தாலும் லேசாக அந்நியமான ஒரு உணர்வு இருந்தது. வீடு ஜகஜ்ஜோதியாக இருந்தாலும் தன் வீடு இது இல்லை எனப் படிந்துவிட்டது.

காஃபியை டிக்காக்ஷன்விட்டு நுரை பொங்க ஆற்றியபடி ஐயாவின் அருகே அமர்ந்தாள் அவள். இருவரும் மழையையும் காஃபியையும் ருசித்தபடி இருந்தார்கள். மழை சொட்டுச் சொட்டாய் வடியத் துவங்கியது. இந்தப் பட்டாலையில் இந்தப் பத்தி, வளவுகளில்தானே கல்லா மண்ணா விளையாடியது. இந்த ஆல்வீட்டில்தானே ஐஸ்பால் டப்பா விளையாடியது. திடீரென்று தான் பெரிய பெண்ணாக ஆகியதும் விருந்து விசேஷமும், கல்யாணமும் ஆகி வயிற்றில் குழந்தையும் ஆகிவிட்டது.

குழந்தை லேசாக முண்டியது. வயிறே அசைவதுபோல த்ரில்லிங்காக இருந்தது. குட்டிக் கையாலோ, காலாலோ வயிற்றில் சுரண்டியது. லேசான புன்சிரிப்போடு வயிற்றைப் பிடித்தபடி ஐயாவைப் பார்த்தாள். ஐயாவும், "என்னாத்தா பேரப்பய முண்டுறானா?", என சிரித்தார்கள். சிரிப்பு என்பதை ஐயாவின் கண்கள் வழிதான் பார்க்கவேண்டும். அந்தக்கால பாலிவுட் நடிகர்களைப்போல மிக கம்பீரமான பர்சனாலிட்டியும் ஆகிருதியுமாக இருப்பார் ஐயா. கருணை பொங்கும் கண்கள் வழி காந்தம் வழிவதுபோல ஈர்க்கும் சிரிப்பு. இத்தனையையும் ரசிக்கக் கொடுத்து வைக்காமல் இரண்டு அப்பதாக்களும் போய் விட்டார்கள், ரெண்டு சின்ன சித்தப்பாக்களை விட்டுவிட்டு.

தம்பிகளும் சித்தப்பாக்களும் கல்லூரி விடுதியில் தங்கி படித்துக் கொண்டிருந்தார்கள். அப்பாவும் அம்மாவும் வெளியே சென்றவர்கள் திரும்பி இருந்தார்கள். ரெண்டாங்கட்டில் சலசலப்பு கேட்டது. யாரென்று பேர் தெரியாத ஒருவர் ஐயாவைப்

பார்க்க வந்திருந்தார். அவரை வரவேற்றுவிட்டு எழுந்து உள்ளே காஃபி கலக்கச் சென்றபோது வந்தவர் ஐயாவிடம் சொல்லிக் கொண்டிருந்தார். “அப்பச்சி உங்க நடு மகனுக்கு சுவீகார ஜாதகம். அவுகளுக்குப் பொருந்திப் போகுதாம். ஆத்தா இல்லை, அங்கேயும் அப்பச்சி மட்டும்தான். நம்மள பிள்ள வரப்போகப் பார்க்க முடியும். என்ன சொல்றீக?” என்றார்.

யார் யார் வீட்டிலோ சுவீகாரம் எனக் கேள்விப்படும் போதெல்லாம் அது ஒரு பெரிய விஷயமாகத் தெரியவில்லை. தன் வீட்டிலேயே அதற்கான பேச்சு வந்தபோது கவலையாய் இருந்தது. ஒரு பெண்ணுக்குத் திருமணமானால் மாமியார் வீடு போகணும். பையன்கள் என்றால் ஜாலி. பிறந்த வீட்டிலேயே இருக்கலாம் என்று நினைத்திருந்தாள்.

அடுப்படியில் மழையால் ஈரம் கசிந்து கொண்டிருந்தது சுவர்களில். மரப்ளாச்சுகள் லேசாய்ப் பூசரம் பூத்திருந்தன. வீடு ரிப்பேர் பார்க்கமுடியாமலும் பராமரிக்க முடியாமலும் வெளியூரில் வேலைக்காக வலசை சென்ற சிலர் வீடுகளையும் மேங்கோப்புக்களையும் இடித்து கலைப்பொருட்களை விற்கும் போதும் அவஸ்தையாய் இருக்கும். அவர்கள் பொருளாதாரத் தேவை அது. வீடு இடித்தபின் இடத்தையும் விற்று விடுவார்கள். பல அறைகள் கொண்டதாக இருக்கும் வீடுகளில் மிஞ்சிப் போகும் சாவிகளை என்ன செய்வார்கள்? போகும் ஊரிலெல்லாம் அதையும் கொண்டு செல்வார்களா? எங்கே வைப்பார்கள் அவர்கள் சந்ததியினரிடம் வாழ்ந்த வாழ்வின் பெருமையைக் காண்பிக்கவா? எடைக்காவது எடுப்பார்களா அந்தச் சாவிகளையும், பழைய இரும்புப் பெட்டகங்களையும்.

முன்னோர்கள் வெளிநாட்டுக்குக் கொண்டு விற்கப் போய் சம்பாதித்துக் கொண்டு வந்து தேக்கும் பித்தளையும் காரையுமாய்க் கட்டிய கல்லுக் கட்டிடங்கள் அவை. அவற்றின் வாழ்நாள் என்பது அவ்வளவுதானோ என்னவோ!

காஃபி கொண்டுவந்து கொடுத்தபோது அந்த சுவீகார இடம் முடிவானதுபோலத் தோன்றியது. லீவுக்குப் பிள்ளைகள் வரும்போது முடித்துக் கொள்ளலாம் எனப் பேசிக் கொண்டார்கள். இன்னும் சில நாட்களே விடுமுறைக்கு இருந்தன. அவ்வளவுதானா எல்லாம். ஒரு பெண்ணைத் திருமணம் செய்து அனுப்புவதுபோல ஒரு பிள்ளையை அனுப்பிவிட முடியுமா? வயிற்றில் ஏதோ கனமானதுபோல இருந்தது. வீடு என்பது எல்லாருக்கும் நிலையற்றதுதானா...?

ஐயா முகத்தைப் பார்க்கவே முடியவில்லை. ஏதோ இது நம் கடமை. ஜாதகத்தில் அப்படி இருப்பதால் சுவீகாரம் கொடுக்கவேண்டிய கட்டாயத்தில் இருப்பது புரிந்தது. ஐயா முகத்தில் இருந்த துயரம் எல்லாம் அவளின் முகத்துக்கு இடம் மாறியது. குறிச்சியில் ஐயாவின் பக்கம் அமர்ந்தபோது சூழ்நிலை இறுக்கமாய் இருந்தது. அதை மாற்ற விரும்பிய ஐயா தலையைக் கோதிவிடத் துவங்கினார்கள். எத்தனை இரவுகள் எல்லாரும் 'ஐயா என் தலையைக் கோதுங்க' என்று சொல்லி மடியில் படுத்துக் கிடப்போம். கண்களில் துளிர்த்த நீரை ஐயா பார்க்காமல் கண்ணுக்குள்ளேயே சிமிட்டிச் சிமிட்டி அடக்கினாள்.

பிள்ளைகளுக்கென்று தனியான எண்ணங்கள் இருக்க முடியுமா என்ன?. பெற்றவர்கள் சொல்வதை அப்படியே ஏற்றுக் கொள்ளத்தானே வேண்டும். அனைவரும் சூழ்நிலைக் கைதிகள்தான்.அப்பா, அத்தைகளின் சுப்புடி, திருவாதிரைப் புதுமைகள் செய்த ஃபோட்டோக்கள் வரிசையாக சாமி வீட்டு நிலையில் சாய்வாக மாட்டி இருந்தன. அதில் ஒரு ஃபோட்டோவாகத் தன் திருமணமும் இடம்பெற்றதுபோலத் தன் சித்தப்பாவின் சுவீகாரமும் இடம் பெறும் என நினைத்தாள்.

குறிக்கப்பட்ட நாளும் வந்தது. அதற்கு முன்பே அவர்கள் பிள்ளைக்கு உடைகளும், பொருட்களும், சாமான்களும் கொண்டு சேர்த்திருந்தார்கள். இங்கு இத்தனை பேரோடு இருந்துவிட்டு அங்கு சென்று தனியாக இருக்கவேண்டுமே என இருந்தது. சித்தப்பாக்களும் தம்பிகளும் சிட்டுக் குருவிகளைப்போலத் திரிந்து கொண்டிருந்தார்கள். போஜன் ஹாலில் பலகாரப்பந்தி அமர்க்களப்பட்டுக் கொண்டிருந்தது.

பிள்ளையின் பிறந்த இடத்துத் தாய்மாமன் பிள்ளையின் கையைப்பிடித்து பிள்ளை கூட்டிக் கொள்பவரின் தாய் மாமன் கையில் கொடுப்பதோடு முடிந்து விடும் சுவீகாரம் என அடுத்த வளவுக்கார ஆயா சொல்லிக் கொண்டிருந்தார்.

நடுவீட்டில் கோலமிட்டு, பத்தி வளவிலும் கோலமிடப் பட்டிருந்தது. தடுக்கில் நிற்க வைத்தார்கள் சித்தப்பாவை. அதற்கு முன்பே முறி எழுதிக் கொண்டுவிட்டார்கள். இன்னார் மகனை இன்னாருக்கு சுவீகார புத்திரனாகக் தத்துக் கொடுப்பதென. கெஜட்டில் பெயர் மாற்றம், தாய் தந்தை பெயர் மாற்றம் எல்லாம் அனுப்பக் குறிக்கப்பட்டது. பெண்ணுக்குக் கல்யாணமென்றால் அது ஒரு வீட்டுக்கு மருமகளாக அனுப்பும் சடங்கு மட்டுமே.

ஆனால், அதுவரை புழங்கிய பெயரில் ஆணுக்கு அதிகாரமில்லாமல் போவது சுவீகாரத்தில்தான்.

ஒரு புதுப்பெயரில் தன்னை யாராவது அழைத்தால் எப்படி இருக்கும் எனத் தோன்றியது அவளுக்கு. புது உடைகளோடும், தலையில் தலைப்பாவோடும் சித்தப்பா நின்றிருந்தது. சாமி வீட்டில் விளக்கில் போதுமான எண்ணெய் இருக்கா? எனப் பார்த்து ஊத்திக் கொண்டிருந்தார்கள். இரு பக்கமும் தாய் மாமன்கள் இல்லாததால் அதை ஒட்டிய உறவில் உள்ளவர்கள் சித்தப்பாவின் கையைப் பிடிக்கவும் வாங்கவும் தயாராய் இருந்தார்கள். விபூதித் தட்டுடன் சித்தப்பா நின்றிருந்தது. திருமண வீட்டில் தான் "போய் வருகிறேன்" எனச் சொல்லி அனைவரிடமும் கும்பிட்டுக் கட்டிக் கொண்டது ஞாபகம் வந்தது.

சித்தப்பாவிடம் ஒருவர் ஏதோ சொல்லி பேனாகத்தியைக் கொடுக்க அது இடுப்பில் கைவைத்து பாண்டை நகர்த்தி பட்டுக் கயிற்றைப் பிடித்துக் கத்தியால் அறுத்தது. அதற்கு அறுக்க வரவில்லை. கை வலிமை இழந்ததுபோலத் தவித்தது. பிறகு கோணல் மாணலாக இழுத்து அறுத்தது. அதன் பின் அதை விபூதித் தட்டில் வைத்துவிட்டு "போறேன் அப்பச்சி" என அழுதபடி ஐயாவிடம் சொன்னது. எப்போதும் புன்னகை கோடிழுக்கும் கண்களோடு சிரிக்கும் ஐயா அன்று வெடித்து தலையில் அடித்துக்கொண்டு அழுதார்கள், "போறேன்கிறானே... ஆத்தா..." என சுவற்றில் தலையை முட்டியபடி "நம்மளவிட்டுட்டுப் போகிறேன்கிறானே ஆத்தா" சித்தப்பாவும் அழுதது. ஐயா அழுதால் தன்னையறியாமல் எல்லார் கண்ணிலும் நீர் வடிகிறதே. இதுதான் தன் தசையாடுவதா?

வயிறு வாய்க்கு வந்ததுபோல இருந்தது. இறுகி உருண்டு முறுக்கியது வயிறு. பிள்ளையை வயிற்றோடு பிடித்துக் கொள்ளவேண்டும்போல இருந்தது. தாளமுடியாத துக்கம் தொண்டையிலும் நெஞ்சிலும் பந்தைப்போல அடைத்துக் கொண்டிருந்தது. எல்லாருமே கதறி அழுது கொண்டிருந்தார்கள். ஒரு பெரும்பிரிவு அது. பின்னால் இங்கு வரப்போக முடியும் என்றாலும் அன்றைய கணக்குப்படி அந்த வீட்டோடான வாழ்வு முடிந்துவிட்டது. இனி அது வேறொரு வீட்டுப் பிள்ளை. கண்ணீராய்க் கொட்டியபடி இருந்தது வீடு.

எல்லாரும் பிள்ளை கூட்டிக் கொண்ட வீட்டுக்குக் கொண்டுவிடச் சென்றிருந்தார்கள். அதுதான் இனி சித்தப்பா

வீடு. இந்த வீட்டில் அதுக்கு இனி எந்த உரிமையும் இல்லை. ஒரு செடியை வேரோடு பிடுங்கி நட்டதுபோல நட்டுவிட்டாச்சு. இனி அது பாடு அந்த நிலம் பாடு. என்ன ஒரு நடைமுறை இது. பிள்ளை இல்லாதவர்க்குப் பிள்ளையாக, அவர்கள் பிள்ளைக் கலி தீர்க்கத்தான் சென்றிருக்கிறது சித்தப்பா என ஆசுவாசப்படுத்திக் கொள்ள வேண்டியதாயிற்று.

இனி அதுக்குத் திருமணம், பிள்ளை குட்டி, வாழ்க்கை எல்லாம் அங்கேதான். எப்பவாவது தோன்றினால் என் சித்தப்பா எனச் சென்று பார்க்கலாம். வேறொரு சூழலில் வேறொரு வாழ்வில்.

பட்டுக் கயிறு அறுப்பது என்பது தொப்புள்கொடி அறுப்பதற்குச் சமம். ‘இந்த வீட்டில் உன் உறவு முடிந்துவிட்டது இனி இன்னொரு ஜென்மம் உனக்கு. இன்னொரு பெயர் உனக்கு’ எனப் பிரிப்பதுபோல.

மாசமான பெண் பிரசவத்துக்கு வந்தபின் ஊர்விட்டு ஊர் போகக் கூடாது என வீட்டில் ஒரு பெண்ணைத் துணைக்கு வைத்துவிட்டு அனைவரும் சென்றுவிட்டார்கள்.

ஆட்டுக்கல்லில் அந்தப் பெண் இரவு உணவுக்காக மாவு அரைத்துக் கொண்டிருந்தாள். எல்லாரும் சென்றபின் வாசக் கதவு, நிலைக்கதவு சாத்தி, சாமி வீட்டின் விளக்கை மலையேத்தியபின் பூட்டும் போது சித்தப்பா நினைவின் மிச்சமாக அறுத்த அந்தச் சிவப்புப்பட்டுக் கயிறு விபூதித் தாம்பாளத்தில் இருந்தது.

- தினமணி கதிர். 2012. (காரைக்குடி புத்தகத் திருவிழாவின் சிறுகதைப் போட்டியில் ஊக்கப் பரிசு பெற்றது.)

சூலம்

சூலதெய்வக் கோயிலில் புரவி எடுப்பில் செல்லும் குதிரைகளைப் பார்த்தபடி நின்றிருந்த மேகலா அதிர்ந்த கைபேசியை எடுத்துப் பேசி அதிர்ச்சியானாள். யாரும் இல்லாத வீட்டில் முதல் நாள் இரவு அவளது அப்பா மாரியப்பன் இறந்த செய்தியை, இறந்த விதத்தை அதிர்ச்சியோடு பகிர்ந்திருந்தாள் அவளது அத்தை மோகனா.

பக்கத்தில் நின்றிருந்த தனது அம்மா தேவியைப் பதட்டத்தோடு பார்த்த மேகலா, “அம்மா ஒரே கூட்டமா இருக்கு. சீக்கிரம் போகலாம் வா, போகலாம்”

“இருடி சாமி உள்ளே போன பின்னாடி அருச்சனை பண்ணிட்டுப் போகலாம்” என்றாள்.

“இல்லம்மா பின்னாடி கூட்டம் சாஸ்தியாயிடும் இன்னொருநாள் வரலாம். வா”

“அடி இவளே. வெளக்கு வைக்கும்போது உருண்டிருச்சு, அதுனால தீவம் பார்த்துட்டுத்தான் போகணும்” என அம்மா பிடிவாதம் பிடிக்க, “இல்லம்மா அப்பாவுக்கு ஒடம்பு சரியில்லையாம் அதான் அத்த ஃபோன் பண்ணிச்சு, உடனே போவோம்மா” என அவளைக் கிளப்புவதிலேயே குறியாயிருந்தாள் மேகலா.

ஐஸ் வண்டிகளும், மாங்காய் பத்தைகளும் எலந்தை வடைகளும் மணம் கிளப்பிக் கொண்டிருக்க பலூனைப் பிடித்தபடி குழந்தைகளும் முறைப்பெண்களைச் சுற்றியபடி இளவட்டங்களுமாக

கலகலப்பாக இருந்தது முத்துப்பிடாரி அம்மன் கோயில் புரவி எடுப்பு. சாமியாட்டத்தோடு கொடிகளும் குடைகளும் சூழ ஆரம்பித்திருந்தது திருவிழா.

அதிர்வேட்டு சத்தத்தில் ஊரே கிளம்பி ஊர்கோலமாக வரத் துவங்க திருவிழாக் கொண்டாட்டத்தை விட்டுப் போக மனமில்லாமல் மேகலாவை முறைத்துப் பார்த்த தேவி, “எல்லாத்துலயும் அப்பன மாதிரி அவசரக் குடுக்கை, ஏன் அங்கன போகணும்? நாம மதுரைக்குத்தான போகணும். அந்தாளுக்கு என்ன. நல்லாத்தான் கல்லு மாதிரி கெடப்பாரு. இன்னும் எவளும் கிடைச்சா அவ தாலியையும் அறுத்து வித்துக் குடிச்சிட்டுக் கிடப்பாரு. போக்கத்தவரு”

பொரிந்த அம்மாவிடம் “ரொம்ப சீரியஸாம்மா, ப்ளீஸ் சீக்கிரம் வாங்கம்மா” என்று கெஞ்சத் துவங்கினாள் மேகலா.

கண்களின் ஓரத்தில் தகப்பனை நினைத்துக் கண்ணீர் வரத் துவங்க யோசனையாய் மகளைப் பார்த்தபடி கைகளைப் பற்றிக் கொண்டாள் தேவி. “என்னாச்சாம்டி அந்தாளுக்கு? ஏதும் சீரியஸ்னா. ஆஸ்பத்ரில சேர்த்திருக்கா? இல்ல போய்ச் சேர்ந்திட்டாரா...?” கரகரப்பான குரலில் பதட்டத்தோடு கேட்டாள் தேவி. ஒன்றும் பேசாமல் மௌனம் காத்தாள் மேகலா.

மகளின் கைகளைப் பிடித்துக் கூட்டத்தை விலக்கியபடியே வந்த தேவிக்கு சிறைமீட்ட ஐயனார் கோவிலில் குதிரை எடுப்பில் மாரியப்பனைச் சந்தித்தது ஞாபகம் வந்தது. காளியம்மன் கோயில் பூசாரியான அவளது அப்பன் ஆத்தாளுடன் சமைந்த புதிதில் சிறைமீட்ட ஐயனார் கோயில் புரவி எடுப்புக்கு வந்திருந்தாள் தேவி. கரம்பைக் காட்டுச் செடிகளைப் போல நல்ல முறுக்கான தேகம். எட்டாப்பூ படித்தவுடன் சமைந்ததால் போதும் படிப்பு என நிறுத்திவிட்டாள் அவளது தாய். அதிகம் படிச்சுப்புட்டா புள்ளைக காதல் கல்யாணம் பண்ணிக்கொண்டு ஓடிவிடும் என்பது தாயின் கணிப்பு.

ஒரு வாரம் முன்னேயே பிடி மண் எடுத்துப் புரவி செய்யும் விழா தொடங்க அப்பன் வந்து போயிருந்ததால் அங்கே இருந்த வேளார்கள் எல்லாம் சேங்கை வெட்டுதலுக்குப் போனபோது நல்ல மாதிரியா பழகி வரவேற்பு கொடுத்தாங்க. கண்மாயில ஆளாளுக்கு மூணு தரம் கை நெறைய மண்ணை அள்ளி வந்து கரையில குமிச்சாங்க.

பக்கத்து கிராமத்துப் பூசாரி மகனான மாரியப்பனும் தகப்பனோடட வந்திருந்தான். மாநிறம் என்றாலும் ஐயனார் கோயில் சிலை போல இருக்கு முறுக்கா இருந்தான். எளவட்டங்கள் எல்லாம் மண்ணள்ளிக் கரையை ஒசத்தினபோது "ஆத்தா நீயும் ஒன் கையால மண்ணள்ளிக் கரையை ஒசத்தாத்தா" என்று அப்பன் கூற இறங்கிய தேவி கைநிறைய மண்ணள்ளிக் கொண்டு கரையில் போட்ட போது அருகே அள்ளிய மாரியப்பன் பார்வையில் அவள் தேரில் இருந்து இறங்கிய அம்மன் சிலை போலிருந்தாள். கண்ணப் பாரு கண்ண. கண்ணழகா, முக அழகா, வடிவழகா இல்ல இந்தச் சாட்டைச் சடை அழகா, நல்ல கரவு செறிவா இம்புட்டு அழகா ஒரு புள்ளையா எனக் காதல் புரவியில் அவளைக் கவர்ந்து செல்லத் துடித்தது அவன் மனம்.

"ராசாவின் பார்வை ராணியின் பக்கம்" என்று டிவியில் வாத்தியாரய்யாவும் சரோசா தேவியும் பாட தேவி வாத்தியாரய்யாவாக நினைத்து மாரியப்பனைக் காதலிச்சு அவனைத்தான் கட்டிக்குவேன் என்று ஒற்றைக் காலில் நின்றாள். தாயும் தகப்பனும் ஒத்தைப் பிள்ளையாச்சே என்று அவளது ஆசைக்கு விட்டுக் கொடுத்தார்கள்.. ஒண்ணு ரெண்டு வருஷம் நல்லாத்தான் போச்சு. மேகலா பிறந்தாள்.

ஒரு தரம் சேக்காளிகளுக்குள்ள சண்டை வந்து மாரியப்பன் குடித்துவிட்டுக் கலாட்டா செய்து சட்டையைக் கிழித்துக் கொண்டு வந்தபோது துடித்தது அப்பனின் உள்ளம். தப்பான ஆளை மருமகனாக்கிக் கொண்டோமே எனக் கூசினார் அவர். குடிக்கக் காசு கேட்டு அவரது தூரத்துச் சொந்தங்கள் சிலர் வீட்டுக்கு அவன் வந்ததாகக் கேள்விப்பட்டபோது அவமானத்தில் குன்றியது அவர் மனம். "அவன் முன்னேயே குடிகாரப் பயப்பா, வெசாரிக்காம அவனுக்குப் போயி கருவேப்பிலைக் கண்ணா வளத்த பொண்ணக் கொடுத்தியே" என்று சொல்லிச் சென்றார் அவரது பால்ய தோழர்.

பத்தும் பத்தாததுக்கு தேவியின் நகைகளை ஒவ்வொன்றாக அதட்டியும் மிரட்டியும் வாங்கிச் சென்று குடித்துவிட்டுப் பழைய கோட்டை பக்கம் சுருண்டு கிடப்பான். பிச்சைக்காரர்களோடு சேர்ந்து கஞ்சாவும் புகைக்கிறான் என்று கேட்டபோது அவரது இதயம் சுக்கு நூறானது. ஒத்தப் புள்ளையின் ஆசையை நிறைவேற்றுகிறோம் என்று பாழுங்கிணற்றில் தள்ளி விட்டோமே எனத் துடித்தவர் மறுநாள் எழவேயில்லை.

மாமனார் இறந்ததும் அவர் பூசித்து வந்த காளியம்மன் கோயிலின் பூசாரியாக மாறிய மாரியப்பன் பகல் முழுதும் நன்கு குளித்துப் பட்டை அடித்து தீபம் காட்டி நல்ல முகத்தோடு இருப்பவன் மாலை ஆனால் தட்டில் விழுந்த சில்லறைக் காசுகளை எடுத்துக் கொண்டு குடிக்கப் போய்விடுவான். நள்ளிரவில் திரும்பி சோத்துத் தட்டை உதைத்து தேவியையும் உதைத்து ரகளை செய்வான்.

ஒரு தரம் பாக்கெட் சாராயத்தை வாங்கிக் குடித்து அது வார்னிஷ் சாராயம் எனத் தெரிந்து பலபேர் உயிருக்கு ஆபத்தாகி பெரியாஸ்பத்திரியில் சேர்க்கப்பட இவனைத் தனியார் ஆஸ்பத்ரியில் சேர்த்து நிறைய கடன்பட்டு உடன்பட்டு உயிர் பிழைக்க வைத்திருக்கிறாள் தேவி.

"நாந்தான் படிக்காத மட்டையாகிப் போனேன் எம்மகளாவது படிக்கோணும்." மிச்சம் மீதியாகக் கையில் காதில் கழுத்தில் போட்டிருந்ததை விற்றுப் படிக்க வைத்தாள் மகளை. படித்து முடித்தபின் மதுரையில் ஒரு ஷாப்பிங் மாலின் பெரிய கடையில் பில்லிங் செக்ஷனில் வேலைபார்த்து வந்தாள் மேகலா. மகளின் கைப்பையிலிருந்தும் மாரியப்பன் காசை எடுத்துச் சென்றுவிட அது தெரியாத அவள் பஸ்ஸுக்குச் சென்ற சில சமயங்களில் அவமானப்படவும் நேர்ந்திருக்கிறது.

இந்த மூஞ்சியையா பார்த்துக் காதலித்தோம் என்று இப்போதெல்லாம் நினைக்கத் துவங்கி விட்டாள் தேவி. 30 வயதைத் தொடும் மேகலா தந்தை தாயின் திருமண உறவைப் பார்த்து திருமணமே செய்துகொள்ளக் கூடாது என்ற வைராக்கியத்துக்கு வந்துவிட்டாள்.

இன்னபாடு என்றில்லாமல் அவன் ஒரு தரம் சண்டையில் குடிக்கக் காசு கேட்டு அருகாமனையால் தேவியின் தாலியை நறுக்க வர அதைக் கழட்டி அவன் மூஞ்சியில் போட்டு விட்டு பக்கத்திலிருக்கும் ஒரு வக்கீலம்மாவின் வீட்டில் தஞ் சமடைந்திருக்கிறாள் தேவி. "ஏய். இதுக்குப் பொறந்தவளே. அதுக்குப் பொறந்தவளே நீ வெளியில வரத்தானே வேணும். இருடி இரு. அப்ப வச்சிக்கிறேன் கச்சேரிய. அடி வக்கீலம்மா உனக்கும் இருக்கு. என் பொண்டாட்டிய வெளிய விடு. நீயே எப்பவும் பார்த்துக்குவியா அவளை?" என்று கத்தவும் சீ என்றானது தேவிக்கு.

இப்பிடி எல்லாம் செய்தும் புருஷனுக்குச் சுடச் சுட ஆக்கிப் போடவும் ருசியாகக் கறி, கோழி முட்டை என்று அவ்வப்போது வீட்டு வேலை செய்யும் கைக்காசில் சமைத்துப் போடவும் தவறுவதில்லை அவள். எல்லாத்தையும் பொறுத்த அவளால் ஒன்றே ஒன்றைத்தான் பொறுக்க முடியவில்லை. ஒரு தரம் மதிய நேரம் வீட்டு வேலை முடிந்து வந்ததும் மகள் வயசு இருக்கும் ஒரு பெண்ணோடு வீட்டுக்குள்ளே அவன் படுத்துக் கிடந்ததைப் பார்த்ததும் காளியாகிவிட்டாள் தேவி. அந்தக் குட்டியை அடித்து விரட்டியவள் அவனை அடிக்காத குறைதான். இந்தாளுக்குப் பொண்டாட்டி தேவையா எனக் கோவத்தோடு மகள் வேலை செய்யும் மதுரையில் ஒரு வீடு பிடித்துச் சென்றுவிட்டாள்.

முதலில் பெண்டாட்டியும் மகளும் போனது சௌகரியமாக இருந்தது மாரியப்பனுக்கு. பின்னர் காளியம்மன் கோயிலில் தட்டில் விழும் சில்லறைக் காசு சோத்துக்கே பத்தாதபோது மகள் வேலை செய்யும் இடத்திலும் போய்க் குடிக்கக் காசு கேட்டு தகறார் செய்திருக்கிறான் மாரியப்பன். தன் வாழ்க்கைக்கும் தன் மகள் வாழ்க்கைக்கும் ஒரு விடிவு தேடி சாமிக்கு வேண்டிக்கொண்டுதான் இந்தப் புரவி எடுப்புக்கு வந்திருந்தாள் தேவி.

குடியினாலும் கஞ்சாவினாலும் சீர்கெட்டிருந்தது மாரியப்பனின் உடம்பு. கை கால்களில் நிரந்தர நடுக்கம். நிற்கும்போதும் ஆடிக்கொண்டே இருப்பது போன்ற தோற்றம். மனைவி போனதும் சரியான சாப்பாடும் இல்லை. தட்டில் காசு விழுவதும் இல்லை.

சுவரில் மாட்டியிருந்த மாமனார் மாமியார் ஃபோட்டோக்களைப் பார்த்தான். காலால் எட்டி உதைத்தான். “பெரிய அழகிய கெட்டிக் கொடுத்தியோ. கபோதிப் பயலே” என்று திட்டினான். வீட்டில் பூஜை அலமாரியில் இருந்த உண்டியலை உடைத்துப் பார்த்தான் காசு போதவில்லை. அவ்வப்போது பக்கத்துப் பொட்டலில் இருந்து காசு வாங்கிக் கொண்டு வந்து சமைத்துத் தரும் குட்டியைத் தேடினான். காசு இல்லாததால் அவளிடமும் இவன் காசு கேட்க அவள் இப்போதெல்லாம் வருவதே இல்லை. உண்ண குடிக்க எதுவுமே இல்லை. ஒரு செம்பு தண்ணீர் கூட இல்லை.

பகலின் வெய்யில் மஞ்சள் குவளையைச் சாய்த்தது போல அந்த ஓட்டு வீட்டின் மேல் விழுந்திருந்தது. குடிபோதை தேடி அவனது கை கால்கள் நடுங்கின. பூஜை அலமாரியின் பக்கத்துச் சுவரோரம் சரிந்து அமர்ந்தான். உடம்பு கூடு போல இருந்தது. குடியால் செல்லரித்த கூடு. தலையில் முடி மட்டுமே

இருந்தது. கண்கள் குழிவிழுந்து போதையில் ஆழ்ந்திருந்தன. பசியின் கிறக்கமும் தளர்ச்சியும் அவசமும் அவனைத் தாக்கின. ஃபோட்டோவிலிருந்து மாமனார் எழுந்து வருவது போலிருந்தது. கைகளால் தள்ளினான். 'ஓய் போய்யா' என்றான்.

அஹ்ஹா காளியம்மனைப் போல அவர் விழிகள் உறுத்து நோக்கின. யேய் என்றார் அவர். அவன் திகைத்து விழித்து நோக்கினான். அங்கே யாருமே இல்லை அவனையும் அவரையும் தவிர. அவர் கையில் சூலம். பூஜை அலமாரியில் வைத்திருந்த இதை எதற்காகத் தூக்கி வருகிறார். சிறைமீட்ட ஐயனாரா இல்லை முத்துப் பிடாரியா...? அவனுக்கு சர்வ நாடியும் ஒடுங்கியது. கையால் கழுத்தைப் பிடித்துக் கொண்டான். சரக்கென்று ஏதோ குத்தியது. இடது கையால் கழுத்தைப் பிடித்து வலது கையால் பிடுங்க எத்தனித்தான். மாமனார் அஹ்ஹ்ஹாஹா என்று கர்ஜனை புரிவது போலிருந்தது. கழுத்திலிருந்து அரக்கு நிறத்தில் அவன் குடித்த திரவங்களைப் போல ரத்தம் கசியத் துவங்கியது. கண்கள் நிலைகுத்தியபடி அமர்ந்திருந்தான்.

இரண்டு மூன்று நாட்களாக அண்ணனைப் பார்க்கவில்லையே அண்ணியும் மகளும் இல்லையே என்று உள்ளூரில் இருந்த தங்கை மோகனா அண்ணனைப் பார்க்க வீட்டுக்கு வந்தவள் கழுத்தில் சூலத்தோடு அமர்ந்திருக்கும் அண்ணனைப் பார்த்ததும் பயந்து பேயடித்தவள் போலானாள். போலீசுக்கும் அண்ணன் மகளுக்கும் ஃபோன் செய்து விஷயத்தைச் சொன்னாள்.

போலீஸ்காரரிடம் ஒருவர் சொல்லிக் கொண்டிருந்தார்.

"குடிபோதை கிடைக்காம இந்தாளு தன்னத்தானே சூலத்தால கழுத்துல குத்திக்கிடுச்சு". வீட்டுக்குள் நுழைந்த தேவியின் கண்களில் முதலில் அந்தச் சூலம்தான் பட்டது. அது அவள் அப்பன் இருக்கும் வரை தினம் ஆராதித்து வந்த சூலம்.

கருணையாய் ஒரு வாழ்வு...

(கெம் மருத்துவமனையின் ஒரு செவிலிக்கும். அருணா ஷெண்பக்கின் கதையை எழுத வந்த பிங்கி விராணிக்கும் இடையே நடந்த ஓர் (கற்பனை) உரையாடல்.)

செவிலி: அருணாவின் கதையை எழுத வந்தீர்களா... முடிக்க வந்தீர்களா.??

பிங்கி: கருணைக் கொலை என்பதை ஏன் எதிர்க்கிறீர்கள்...?

செவிலி: கொலை என்று சொல்லும் போது அதில் கருணை எங்கே வந்தது... இந்திய இறையாண்மைப்படி வாழும் உரிமைகள் குறித்தே சட்டங்கள் வரையறுக்கப்பட்டிருக்கு. கருணைக் கொலை குறித்து ஏதும் சட்டங்கள் இயற்றப்படவில்லை

பிங்கி: அவள் இப்படியே ஒரு வெஜிடபிளைப் போலக் கிடக்க வேண்டுமா சொல்லுங்கள்... ஒரே ஒரு ஊசி போதுமே...

செவிலி: வெஜிடபிள் என்று யார் சொன்னது... மூளைதான் கோமாவில் இருக்கு... எந்நேரமும் நினைவு வரலாம்... இதயம் துடிக்குது, மூச்சு விடுகிறாள்... சுவாசிக்கிறாள்... காய்கறிகள் சுவாசித்து பார்த்திருக்கிறீர்களா...?

பிங்கி: காய்கறிகளும் சுவாசிக்கும். சுருங்கும். அழுகும். அதுபோல் இவள் சுருங்கிக் கொண்டிருக்கிறாளே...

தேனம்மை லெக்ஷ்மணன் | 21

செவிலி: வயதானால் எல்லாரும் சுருங்குவார்கள்... முதுமை அனைவருக்கும் வருவது. உங்களுக்கும் எனக்கும்கூட. சுருக்கங்கள் வரும் சிறிது நாளில். முதலில் வெஜிடபிள் இல்லை அவள். அப்படிச் சொல்வதை நிறுத்துங்கள்... எங்களுக்கு அவள் ஒரு உயிர். மனுஷி...

பிங்கி: கூண்டுக்குள் வளர்க்கிறீர்கள் செல்லப் பிராணிபோல. உணவும் நீரும் மருந்தும் கொடுத்து, அடைத்து வைத்திருக்கிறீர்கள். திறந்து விடுங்கள்... முடமான புறா போல முடங்கிக் கிடக்கிறாள். ஏதோ ஒரு மனித மிருகம் பிறாண்டியதை, அதன் தழும்புகளைச் சுமந்தபடி அதன் சாட்சியாய் விரிந்த விழிகளோடும், முறுக்கிய கரத்தோடும்... ஓர் அதிர்ச்சியான எடுத்துக்காட்டாய்...

செவிலி: இல்லை அப்படி இல்லை... அவள் மூளை நரம்புகள் செயலிழந்தது உண்மை... ஆனால் எப்போதேனும் விழிப்பு வரக்கூடும். அதில் அவள் கனவைப் போலத் தன் பழைய வாழ்வைக் காணக்கூடும். தன் காதலனோடு கை கோர்த்து அலைந்த நாட்களை... போன பத்து வருடங்கள் வரை அவன் இவளுக்காகக் காத்துக் காத்துக் கிடந்த நாட்களை உணர முடியும். அவள் முயன்று கொண்டே இருக்கிறாள்... இது ஒரு நீண்ட நெடிய பயணம்தான் அவள் வாழ்வில்... நிச்சயம் வெளிவருவாள்...கர்ப்பத்தில் கிடக்கும் அபிமன்யுபோல அவள்... தன் சக்கர வியூகத்தை உடைத்து வெளிவருவாள்...

பிங்கி: இத்தனை நீண்ட நாட்களாகிவிட்டதே... 38 வருடங்கள்... உடலால் முடியவில்லையே.?.

செவிலி: உங்களுக்கு ஒன்று தெரியுமா... அவள் மாதாந்திர தொந்தரவுகளைக்கூட நாங்கள் பார்த்து சுத்தம் செய்திருக்கிறோம். இப்போது அதைக் கடந்துவிட்டாள் அவள்... எங்களுக்கு ஒருபோதும் அருவருப்பு ஏற்பட்டதே இல்லை...எங்கள் குழந்தைபோல அவள்... மாங்கலாய்டு, ஸ்பாஸ்டிக், மெண்டலி டிஸ்ஸாடர் உள்ள குழந்தைகளின் பெற்றோர் என்ன செய்வார்கள்... அதைவிட அதிகம் ஒன்றும் நாங்கள் செய்துவிடவில்லை...

மனதின் செயல்பாடு எண்ணங்களில் உறைந்திருக்கிறது... ந்யூரான்களில் பொதிந்திருக்கிறது... ஏதேனும் அதிசயம் நடக்கலாம்... அவள் விழிப்பாள்... அப்படி ஒரு சாத்தியக்கூறு இருக்கிறது. எங்களைப் பார்த்து புன்னகைக்க முடியும். அப்போது அவளைப் பாதுகாக்காமல் விட்டோமே என தோன்றக்கூடாது... ஓர் உயிர் வாழ்வது பற்றியும் இறப்பது பற்றியும் தீர்மானிக்க நாம் யார்...?

மஸ்குலர் டிஸ்ட்ரோஃபி தாக்கினால் மரணம்தான் என முடிவு செய்யாமல் 47 வயது வரை போராடிய அனுராதாவை தெரியுமா உங்களுக்கு... அதற்கு மருந்து கண்டு பிடிக்கப்படவில்லை... அதற்காகத் தன் உடலை தானமாகக் கொடுத்துச் சென்றிருக்கிறாள் அவள்... அவளும் என்னைக் கருணைக் கொலை செய்து விடுங்கள் எனத் தொலைக்காட்சியில் கேட்டவள்தான்... உயிரை நாம் படைக்காத போது எடுக்க என்ன உரிமை இருக்கிறது...?

பிங்கி: வலியோடு வாழட்டும் என்கிறீர்களா...

செவிலி: வலி அவளுக்கல்ல பார்க்கும் நமக்குத்தான்... அதுவும் நாம் அவளுக்கு சேவை செய்வதால் அல்ல... அவள் நினைவுக்கு வரவேண்டுமே என்ற வலிதான்...எத்தனையோ நாய்கள் எச்சமிட்டு அலைகின்றன... அவற்றைக் கழுவிவிட்டு நாம் வாழ்வதில்லையா... அதுபோல் அவளுக்கு நடந்த அநீதியைத் துடைத்துவிட்டோம் நாங்கள் பீட்டா டையீனுடன்.

பிங்கி: இனியும் உங்களைப்போல யார் பார்ப்பார்கள்...? அவளின் நிலைமை என்ன...? பராமரிப்பு கிடைக்காவிட்டால் பட்டுப் போகும் மரங்கள் உண்டு... அதுபோலப் பராமரிப்பை நிறுத்துங்கள்... கோசாலைகளில் பராமரிக்கப்படும் வயதான மாடுகளைப் பார்ப்பதுபோல் வருத்தமாய் இருக்கிறது...

செவிலி: அப்படியானால் பால் கொடுத்தால் உபயோகம்... இல்லாவிட்டால் வெட்டிப் புதைப்பதா... மனசாட்சியுடன் பேசுங்கள்... அவள் வாழ்வை அவள் தீர்மானித்து இருக்கிறாள்... எங்கள் பராமரிப்பால் அல்ல... அவள் வாழவேண்டும் என்ற உறுதியோடு இருக்கிறாள்... அவள் கைகளைப் பார்த்தீர்களா? அதில் ஒரு உறுதி தெரியும்... எவ்வளவு ஆண்டுகளானால் என்ன? மீண்டெழுந்தால் அது ஒரு திருவிழாதான்... உலகுக்கு உரக்கச் சொல்லுவோம் அவளின் உயிர்த்தெழுதலை...

பிங்கி: இப்படி எத்தனை வருடங்கள் முடியும் உங்களால்...

செவிலி:– நான் இருக்கும்வரை. நான்... அல்லது என்னைப் போல இன்னொருத்தி... எல்லாரும் ஒரு முடிவோடே இருக்கிறோம். ஏனெனில் ஒன்றைப் புரிந்து கொள்ளுங்கள் இவள் எங்களுள் ஒருத்தி... எங்களோடு ரத்தமும் சதையும் உயிருமாக உலா வந்தவள்... கருணை என்று சொல்வதைவிடக் கடமை என்றே நினைக்கிறோம்... அந்தக் கால கட்டத்தில் எனக்குக்கூட இதேபோல நடந்திருக்கலாம். தவறாக நினைக்காதீர்கள். உங்களுக்கும்கூட நடந்திருக்கலாம். அப்படி நடந்திருந்தால் நாம் இப்படி ஒரு

படுக்கையில் இருந்தால் நம்மை வெஜிடபிளாக வெட்டி எறிய சம்மதிப்பீர்களா...

சங்கராச்சாரியார் சொல்வார் வீட்டினுள்ளேயே நாம் நம் வதை பொருட்களை வைத்திருக்கிறோம் என... கத்தி, அரிவாள் மணை, அம்மி, ஆட்டுக்கல்... அடுப்பு, நெருப்பு ஏன் தண்ணீர்க் குடம் என... ஒரு எறும்புக்குக்கூட தண்ணீர்க் குடத்தால் தீமை ஏற்படலாம் எனச் சொல்வார்.

ஜைனத் துறவிகள் தாம் செல்லும் வழி எல்லாம் மயில் தோகையால் வழி உண்டாக்கியபடி செல்வார்கள். கவனித்திருக்கிறீர்களா...? ஓரறிவு படைத்த உயிரினம்கூட துன்பப்படக் கூடாது என நினைப்பதுதான் மனித அறம்... அப்படி இருக்கும் போது ஆறறிவு படைத்த அவள் என்ன குற்றம் செய்தாள் அழிக்க...

இருக்கட்டும்... அவள் வாழ்வை அவள் தீர்மானித்திருக்கிறாள்... வாழ்ந்தே தீர்வதென... இதற்கு நடுவில் அவள் இருப்பதா, இறப்பதா எனக் கருத்து சொல்ல, முடிவெடுக்க நாம் யார்... அவள் விரும்பும் காலம்வரை இருப்பாள்... உயிர்த்தெழலாம். அல்லது அந்தப் போராட்டத்தில் வெல்ல முடியாமல் இறக்கலாம். ஆனால் முடிவெடுக்க வேண்டியவள் அவள்... எத்தனை வயதுவரை வாழ்வது... அதுவும் கருணையாய் வாழ்வதா, சாவதா என்பது...

இந்தாருங்கள் இனிப்புக்கள்... அவள் மீண்டெழுவாள் என்ற நம்பிக்கையோடு உண்ணுங்கள்... உங்கள் ஆதங்கமும்கூட அவள் உணரக்கூடும்... நல்லதே நடக்கும். நாங்கள் இருக்கிறோம் அவளுக்கு. நிம்மதியோடு செல்லுங்கள்.

- திண்ணை, 04.09.2011.

கத்திக் கப்பல்

"எப்ப வருவ எப்ப வருவ...
கர்ப்பம்தான் பத்து மாசம்...
உன்னைக் காணவுமே பத்து மாசம்...
வருடத்தில் இரண்டு மாதம்
வந்துசெல்லும் என் வசந்தம்...
நீ இட்ட முத்தம், பட்ட எச்சில்
எதுவுமே காயலயே...
டிக்கெட்டுப் போட்டாச்சு என்றதுமே
இருண்டதய்யா என் கண்ணு...
குழம்புதான் வைக்கிறேன்
பொடியும் புளியுமில்லாம...
குழம்புதய்யா என் மனசு...
சிறப்பாய்த்தான் வாழுகிறேன்...
நீ சென்ற பின்னே சிரிப்பில்லாம...
வயிற்றில் தங்கிய கருகூட
வருத்தத்தில் வலுவிழந்து
விடை பெற்று போச்சுதய்யா...
வந்து செல்லும் வாழ்க்கையே
என்னை வாரிச்செல்ல எப்ப வாரே...?"

வெளிநாட்டில் வேலை நிமித்தம் சென்ற கணவனை நினைத்து பக்கத்து வீட்டு அக்கா எழுதிய கவிதை இது. இந்தக் கவிதையைப்

படித்ததும் அரவிந்தன் ஞாபகம் வந்தது. எத்தனை நாளாயிற்று அவரோடு உண்டு உறங்கி. கம்ப்யூட்டரில் ஸ்கைப்பில் பேசிக் கொண்டிருந்தாலும் அவ்வப்போது ஏற்படும் இன்டர்நெட் கோளாறினால் எதிர்பாராமல் அறுந்து விடும் தொடர்பாய் இருந்தது உரையாடல். உயர்தரமான சுவையான உணவை மெழுகுவர்த்தியின் ஒளியில் தனியாக அமர்ந்து உண்பதைப் போலிருந்தது வாழ்க்கை.

சரண்யா பெண்கள் கல்லூரி ஒன்றில் பேராசிரியையாக இருந்தாள். அவள் கணவன் அரவிந்தன் மெரைன் இஞ்சினியரிங் படித்துவிட்டு சரக்கு கப்பல் ஒன்றில் இஞ்சினியராகப் பணிபுரிந்து வந்தான். ஆறு மாதத்திற்கு ஒரு முறைதான் அவன் வீடு வர முடியும். காதலித்த நாட்களிலேயே தெரியும் அவன் ஷெட்யூல் பற்றி எல்லாம். முதன் முதலில் ஃபேஸ் புக்கில் நண்பனானதும், இலக்கியத்தில் ஈடுபாடு கொண்ட அவனைத் தங்கள் கல்லூரிக்குப் பேச அழைத்ததும் கனவுபோலிருந்தது.

எப்படி நெருங்கினோம் என்பதெல்லாம் அறியாமல் பழகி காதலித்துத் திருமணமும் முடிந்துவிட்டது. மிகக் கண்ணியமானவன், தன் நிலையில் என்றும் பிறழாதவன் என்ற எண்ணங்கள் மனதோடு படிந்துவிட்டன.

ஒவ்வொரு முறையும் அவன் நிறுவனம் இந்த காண்ட்ராக்ட் வேலைகளை ஒப்புக்கொண்டதும் அவன் மதுரையிலிருந்து சென்னைக்கு, அதன் பின் மும்பைக்கு, அங்கிருந்து துபாய்க்கு ஃப்ளைட்டில் போக வேண்டும். அங்கே வளைகுடாவில் கச்சா எண்ணெய் அல்லது வாயுவடிவில் எரிபொருளை ஏற்றிய கண்டெயினர்கள் சரக்குக் கப்பலில் ஏற்றப்படும். ஒவ்வொரு துறைமுகமாகப் போய் க்ளியரன்ஸ் கிடைத்ததும் இந்த வாயு வடிவ எரிபொருளைத் திரவ நிலைக்கு மாற்றி அங்கங்கே குறிப்பிடப்பட்ட அளவு வழங்கிவிட்டு அடுத்த நாட்டுக்குச் செல்ல வேண்டும். இஞ்சினியராக இருப்பதால் தினமும் 15 மணி நேரப் பணி இருக்கும். ஒவ்வொரு நாட்டிலும் சரக்கு இறக்கும் நாட்களிலும் ஏற்றும் நாட்களிலும் 2, 3 நாட்கள் நகருள் சென்றுவர ஸ்பெஷல் அனுமதி கிடைக்கும். நல்ல க்ளப்புகள், ஹோட்டல்கள், உயர்தர கேளிக்கை விடுதிகள் என சக பணியாளர்கள் செல்ல அரவிந்தன் மடிக் கணினியில் ஸ்கைப்பே கதி எனக் கிடப்பான்.

அந்த நாட்களுக்காய் தவம் கிடப்பாள் சரண்யா. தன்னைச் சரணமென்று ஒப்புக்கொடுத்தவளைப் போல. கால்கள் இருக்கின்றனவா! மிதந்து வருகிறாளா? என்பதுபோலக்

கல்லூரியிலிருந்து விடுதிக்கு ஓடி வருவாள். அடுத்த இரு நாட்கள் விடுமுறை கிடைத்த சந்தோஷத்தோடு. இருவரும் ஒருவர் முகத்தை ஒருவர் பார்த்து ஆசுவாசமடைந்து பேசித் தீர்த்துக்கொள்வார்கள். பொங்கித் ததும்பும் அந்த நாட்களின் சந்தோஷம் அவன் அடுத்த நாடு செல்லும்வரை நீடிக்கும். வாழ்க்கை புதுப்புனலைப் போல இருந்தது. ஆறு மாதங்களுக்குப் பிறகு அவன் வரும் சில நாட்களில் இன்பம் என்பது காட்டாறுபோலவும் இருந்தது. காட்டானையிடம் கட்டுண்ட கொடிபோல அவளும் சுற்றிக் கிடப்பாள்.. தேன் சிட்டு பறந்து பறந்து தேனுண்ணுவதுபோல அவனும் அவளும் மகிழ்ச்சியில் பறந்து கொண்டேயிருப்பார்கள்.

விடுமுறை முடியும் தினம் நெருங்க நெருங்க இருவர் முகத்திலும் இருள் கூடி விடும். அவள் அவனுடன் செல்ல இயலாத உத்யோகம் அவனுடையது. அவளும் தன்னுடைய பேராசிரியை வேலையை நேசித்ததால் விட்டுவிட முடியாததாக இருந்தது. உத்யோக நிமித்தம் விட்டுப் பிரிதல்தானே தவிர எந்தப் பிரச்சனையும் அவர்களுக்குள்ளே இல்லை.

அம்மா வீட்டைச் சுற்றிலும் எத்தனை வீடுகள். எல்லாவற்றிலும் இருந்த அக்காள்களின் கணவர்கள் எல்லாம் வெளிநாட்டில் வேலை பார்த்து வந்தார்கள். சிங்கப்பூரிலோ, துபாயிலோ, சௌதியிலோ ரோடு போடவும் ஹோட்டலில் வேலை செய்யவும், கோழிக் கடையில் கோழி சுத்தம் செய்யும் பணியிலும் இருந்தார்கள். வலப்பக்க வீட்டு அக்காளின் கணவரும் கொழுந்தனார்களும் ஃப்ரான்சில் தையல் வேலை பார்த்து வந்தார்கள்.

அங்கே இருந்த அக்காள்களைப் பார்க்கும் போதெல்லாம் கோபியர்கள் அற்ற கோபிகைகளைப்போல இருக்கும். ரொம்பப் படிப்பறிவு இல்லாவிட்டாலும் ஒவ்வொரு அக்காவும் இன்சூரன்ஸ் பாலிசி எடுத்தும், சீட்டில் போட்டும் டெப்பாசிட்டாகவும் இடமாகவும் தன் கணவரின் வருமானத்தைச் சேர்த்துக் கொண்டிருந்தார்கள். அதில் ஒரு அக்கா எழுதியதுதான் இந்த மேற்படி கவிதை. ப்ளஸ்டூ படித்துவிட்டு கல்யாணமானவர்கள்தான் அனைவரும். இன்னும் படிக்க வைத்திருந்தால் சிறப்பாக வரக்கூடிய சாத்தியக்கூறு இருந்தது. இருந்தும் கிராமப்புறங்களுக்கே உரிய இயல்பான வயதுக்கு வந்ததும் கட்டிக் கொடுப்பது என்ற விதிப்படி அனைவருக்கும் திருமணம் நடந்திருந்தது.

ஒரு சில அக்காள்களும் விதிவிலக்காக இருந்தார்கள். ஐந்து விரலும் ஒன்றுபோலவே இருக்கிறதா என்ன? அதில் ஒரு

அக்காவின் கணவர் அவளைப் பற்றி ஊரே குறை கூறிய போதும் கண் முன் சாட்சியாகவே அவள் தவறு செய்த போதும் 'அவள் என் மனைவி, எனக்கு அவள் துரோகம் செய்யவே மாட்டாள் நான் அவளை நம்புகிறேன்' என்று கூறியவர். அப்படியும் சில மகராசன்கள் இருந்தார்கள். தங்கள் மனைவியைத் தனியாக விட்டுப் போகிறோமே என்ற தவிப்போடும் வாழும் காலத்தில் கூட இருக்காமல் போக நேர்கிறதே என்ற தாகத்தோடும் அவர்கள் தவறு செய்தாலும் மன்னித்துவிடும் இயல்போடும்.

என்ன செய்வது? யாரைக் குறை சொல்வது? 'உங்களில் பிழை செய்யாதோர் மகதலேனாவைக் கல்லால் அடியுங்கள்' என்று சொன்னாராம் யேசுபிரான். போகட்டும் அது அவர்கள் வாழ்வு. அதை ஞாயத் தராசில் போட நாம் யார்.?

எண்ணிக்கொண்டே வந்தவள் ஹாஸ்டலில் இருந்த கேர்டேக்கரைப் பார்த்து இரவு வணக்கம் சொல்லியபடி தன்னுடைய அறைக்குள் நுழைந்தாள். விடுதியின் ஜன்னல் வெளியே பார்த்தபோது மழைச்சாரலடித்து சின்ன ஓடைகள் உருவாகிக் கொண்டிருந்தன. குல்மோஹரிலிருந்து துளித்துளிச் சொட்டுக்களாய் வந்து ஜன்னலை முத்தமிட்டுக் கொண்டிருந்தன. மழைநாளில் "அக்கா கப்பல் செய்துதா..." எனக் கேட்கும் பிள்ளைகள், "அக்கா எனக்குக் கத்திக் கப்பல்தான் வேணும்... அதுதான் சாயாமல் ஓடும்..." என்பார்கள்.

இவளுடன் அறையைப் பகிர்ந்து கொண்டிருந்த ரேகா வெளியே சென்றிருந்தாள். அவளின் கணவனும் வெளிநாட்டில் ஏதோ உயர் பதவியில் இருந்தார். நினைத்தால் இருவரும் சேர்ந்து இருக்கலாம். ஆனாலும் தனித்தே தங்கள் வாழ்வை வாழ்ந்து வந்தார்கள்.

பள்ளியில் படிக்கும்போது கூடப் படித்த கேரளத் தோழி சொல்லி இருக்கிறாள். அவளுடைய அக்கா அரபு நாடு ஒன்றில் நர்சாக வேலை செய்கிறாளாம். அவளின் கணவர் இங்கே கேரளாவில் ரப்பர் எஸ்டேட் சொந்தக்காரர். திருமணத்துக்குப் பின் அவள் தன் வேலையைவிட்டு இங்கேயே இருக்க விரும்பியும் அங்கே நல்ல சம்பளம் என்பதால் தொடர்ந்து வேலை செய்யச் சொல்லி இருக்கிறார். இங்கே இருக்கும் நாட்களிலும் அவர் அவளோடு கழிக்கும் நேரம் குறைவு. இங்கே வருடம் ஒரு முறை வரும் அவள் இரு குழந்தைகளுக்குத் தாயானாள். இருந்தும் தொடர்ந்து அவள் வெளிநாட்டு வேலையிலேயே இருக்க இங்கே அவள் கணவரும் மாமியாரும் குழந்தைகளை வளர்த்துக் கொண்டிருக்கிறார்கள். கணவனைப் பற்றிய ஏக்கம் போய் அவளுக்கு இப்போதெல்லாம்

குழந்தைகளைப் பற்றிய ஏக்கம்தான். தான் நினைத்தபடிகூட வாழ முடியாத ஒரு சமூகக் கட்டமைப்பில்தான் இன்னும் வாழ்ந்து கொண்டிருக்கிறோம் என்பதே அவளுக்கு சலிப்பாயிருக்குமாம்

பலவித சிந்தனைகளோடு மறுநாள் வகுப்பெடுக்கக் குறிப்புகள் தயார் செய்ய உட்கார்ந்தாள் சரண்யா. அப்போதுதான் வந்து சேர்ந்தாள் ரேகா. "யேய் டைனிங் ஹால் மூடிடப் போறாங்கப்பா போய் சாப்பிட்டு வா," என்றாள் இவள். ரேகா ஒரு அட்டகாசமான சிரிப்பு சிரித்து. எல்லாம் முடிச்சாச்சு. நல்ல டின்னர்" என ஒரு ஐந்து நட்சத்திர ஓட்டலின் பெயரைச் சொன்னாள். அவளும் வெளிநாட்டு மென்பொருள் கம்பெனி ஒன்றில் பணியாற்றுவதால் அடிக்கடி இப்படி வெளியே செல்ல வேண்டி வருவதும் விதம் விதமான ஓட்டல்களில் உணவருந்திவிட்டு அதைப் பற்றி விலாவரியாக விவரிப்பதும் நடக்கும். சமீபகாலமாக அவளிடமும் பல மாற்றங்கள். புது வகையாய் முடிவெட்டிக் கொண்டிருக்கிறாள். உடைகள் நல்ல மாடர்ன் ஆகிவிட்டது. பெரும்பாலும் ஜீன்ஸும் டாப்சும் அணிகிறாள். இந்த உடைகள் அணிவதால் மட்டுமல்ல அவ்வப்போது அவள் உதிர்க்கும் ஜோக்குகளும் கருத்துக்களும்கூட வித்யாசமாய் அவளைக் காட்டின.

'ஆத்துல போற தண்ணிதானே... ஐயா நீ குடிச்சுக்கோ, அம்மா நீ குடிச்சுக்கோ' என்பதுபோலப் பேசுவதை எல்லாம் கேட்கத் தாங்க முடியாததாக இருந்தது. 'உன் கருத்தை ஒன்னொடவே வச்சுக்கோ' எனச் சொல்ல வேண்டும் என்ற கோவம் வந்தது. "ஹேய் தெரியுமா இன்னிக்கு அந்த ஹோட்டலுக்கு ரெண்டு பேர் வந்திருந்தாங்க. என் ப்ரெண்டோட ப்ரெண்ட்ஸ். அவங்க கப்பல்ல ப்ரயாணம் செய்றவங்களப் பத்திக் கதை கதையா சொன்னாங்க,"என்றாள்.

"கன்ட்ரி கன்ட்ரியா போகும்போது அங்கே இருக்க கேளிக்கை விடுதிகள் எல்லாம் போகாம இருக்க மாட்டாங்க. லைவ் ஷோ, பீப் ஷோ, ந்யூட் ஷோ எல்லாம் தெரியாதுன்னு சொன்னா அவன் உங்கிட்ட நான் நல்லவன்னு ஷோ காட்டுறான்னு அர்த்தம்," என்று சொல்லி உரக்கச் சிரித்தவாறு நைட்டிக்கு மாறியபடி படுத்துக் கொண்டாள். 'என் நம்பிக்கையை எல்லாம் சிதைப்பதில் உனக்கு என்ன ஆனந்தம்...? 'என்ற கோவம் ஏற்பட்டாலும் மனசின் ஓரத்தில் அந்த வார்த்தைகள் படிந்து போயின...

கணவன் தான் இல்லாத இடத்தில் தப்பு செய்திருப்பானோ என்ற எண்ணத்தைவிட, அவன் தப்பு செய்திருக்கலாம் அதற்கு என்னென்ன வழிமுறைகள் கிடைத்திருக்கலாம் என்று

யோசிப்பதில் ஒரு சிறிய நரகமே சூழ்ந்திருப்பது போலிருந்தது அவளுக்கு. இந்த எண்ணங்களைவிட்டு எப்படி வெளிவருவது எனவும் தெரியவில்லை. அவனை சந்தேகிக்கவும் மனது மருக் கொண்டது. இந்த மாதிரியெல்லாம் ஒரு போதும் பேசியிராததால் அவனிடம் எப்படிக் கேட்பது எனவும் தெரியவில்லை. மனதுக்குள் பூகம்பத்தைப் பூட்டி வைத்ததுபோல இருந்தது.

குழம்பிய எண்ணங்களோடு இணையற்று தனித்துப் பறக்கும் பறவையாய்க் கட்டிலின்மேல் படிந்து இரவு விளக்கைப் பார்த்தபடி படுத்திருந்தாள். நம்பிக்கைதானே வாழ்க்கை என்ற எண்ணம் ஓடிக் கொண்டே இருந்தது. கணவன் தப்பு செய்வான், அல்லது செய்திருக்கலாம் என்று தானே முடிவெடுத்தபடி தானும் தப்பு செய்யலாம் அதுக்கு லீகல் ரைட்ஸ் இருக்கு, இதெல்லாம் ஒண்ணுமேயில்லை என்ற விதத்தில் தூங்கிக் கொண்டிருந்த ரேகாவைப் பார்க்கையில் பயமாய் இருந்தது. தன் நரகத்தைத் தானே நிர்மாணித்துக் கொள்கிறாளே என வருத்தம் வந்தது.

கல்லூரி சென்றுவிட்டு அறைக்குத் திரும்பியபின் அன்று வந்திருந்த செய்தித்தாள்களைப் பார்வையிட்டபடி இருந்தாள் சரண்யா. அதில் சரக்குக் கப்பல் ஒன்றை சோமாலிய கொள்ளைக்காரர்கள் பிடித்து அதிலிருந்த இந்தியர்களைப் பிணைக் கைதிகளாக வைத்துக் கொண்டது பற்றிப் போட்டிருந்தார்கள். திகிலடித்தது சரண்யாவுக்கு. ஒரு வாரம் முன்புதான் வந்து சென்றிருந்தான் அரவிந்தன். முதுகுத்தண்டில் சில்லிட்டு ஜுரம்போல ஒன்று பரவியது. எங்கே ஃபோன்... ஹ்ம்ம் அவள் தொடர்பு கொள்ள முடியாது. அவனாகத்தான் தொடர்பு கொள்வான். இந்தியத் தூதரக அதிகாரிகள் முயற்சிகள் மேற்கொண்டிருக்கிறார்களாம்.

‘அட எங்கு சென்றாலும் ஏன் இந்தக் கஷ்டம். மீன் பிடிக்கச் சென்றால் எல்லை தாண்டியதாகச் சுடுகிறார்கள். பணி செய்யச் சென்ற நாட்டில் போதைப் பொருள் வைத்திருந்ததாகத் தூக்கு தண்டனை கொடுக்கிறார்கள். தீவிரவாதம் என்றால் என்ன எனத் தெரியாதவர்களை தேசத் துரோகக் குற்றமிழைத்தான் என்று சொல்லி தனிமைச் சிறையில் அரசியல் கைதியாய் அடைக்கிறார்கள். ஒன்றுமறியாமல் தன் தொழிலைச் செய்து வாழ எங்குமே இடமில்லையா? கடத்துவதற்கு உங்களுக்குத் தங்கள் தொழிலை மட்டுமே நேர்மையாக செய்து வரும் அப்பாவி இந்தியர்கள்தானா கிடைத்தார்கள்.’

'விமானத்தைக் கடத்துகிறீர்கள். கலெக்டரைக் கடத்துகிறீர்கள். அரசியல் காழ்ப்புணர்வுக்காகப் பகடைக்காயாய்ப் பலரைக் கடத்துகிறீர்கள். மனித உயிர்களை மூட்டைப் பூச்சிகள்போல நசுக்கித் தூக்கிப் போட்டுவிட்டுப் போகிறீர்கள். கட்டிடங்களை விமானங்கள் கொண்டு நொறுக்குகிறீர்கள். தலைவருடன் நின்ற அப்பாவிகளை வெடித்துச் சாகடிக்கிறீர்கள், உங்கள் வன்முறை மிருகத்துக்கு வேண்டியதெல்லாம் மனிதனின் ரத்தம். அவனின் பயம். அந்த உயிருக்குள் வாழும் ஆசை எவ்வளவு இருந்திருக்கும் எனத் தெரியுமா உங்களுக்கு.? உங்கள் உயிர் வேட்டையாடப்படும்வரை தொடர்கிறது உங்கள் ரத்த விளையாட்டு.'

ஒரு பேராசிரியையாய்ப் பலவித விஷயங்கள் அவள் மனதுக்குள்ளே ஓடிக் கொண்டிருந்தாலும் அரவிந்தன் என்னவானானோ, அவன் சென்ற கப்பல்தான் கடத்தப்பட்டதா எனத் தெரியவில்லை அவளுக்கு. தன்னையுமறியாமல் கன்னங்களில் கண்ணீர் வழிந்தபடி இருந்தது. துக்கத்தைக்கூட சத்தமின்றி தொலைக்க வேண்டி வந்தது. அரவிந்தன் ஒரு முறை பேசிவிட்டால் போதும். அல்லது நலமுடன் இருக்கிறான் என்ற விபரம் கிடைத்தால் போதும். கத்திக் கப்பலைப்போல சத்தியத்தின்மேல் நகர்ந்து கொண்டிருந்த ஒரு விஷயத்தின்மேல் தான் கூர்ந்து கோபப்பட்டது அவனைப் பாதித்துவிட்டதோ எனக் கவலையாய் இருந்தது. பேசவே முடியவில்லை. தங்கள் வாழ்வை நீரின்மேல் எழுதிச் செல்பவர்கள் நீரைவிட்டு மீண்டு வருவார்களா எனத் தவிப்பும் துயரமுமாக இருந்தது.கூட இருந்த இந்தியர்கள் விபரமும் தெரியவில்லை. அவர்களாக வெளியிட்டால்தான் தெரியும்.

அந்த அக்காவின் கவிதையில் வந்த கடைசி இரண்டு வரிகள் வேறு அடிக்கடி மனதில் ஓடி வெருட்டியது...

"என்னைக்

கைப்பிடித்த கருணையே...

என் கைப்பிடிக்குள்

எப்ப வருவ...?" என மிழற்றிக் கொண்டே இருந்தது மனசு.

தன்னுடைய தவறான கோபத்துக்காக அவனைத் தண்டித்துவிட வேண்டாம் என்று தெய்வத்திடம் மனதுக்குள் மருகியபடி இருந்தாள். தெய்வ நம்பிக்கை என்று ஏதும் சிறப்பாக வேண்டிக்

கொள்ளாவிடினும் எதனிடம் சரணடைவது என்பது தெரியவில்லை அவளுக்கு. அந்த சமயத்தில் அவளின் தொலைபேசி அழைத்தது. புது எண்ணாக இருந்தது. நெஞ்சில் பயப்பந்து உருண்டு மூச்சை அடைத்தது.

ஃபோனின் பட்டனைத் தட்டிக் காதில் வைப்பதற்குள் மயக்கம் வந்தது போலிருந்தது. என்ன கொடுமை இது? கணவனைப் பற்றி என்ன சொல்லப் போகிறார்கள்? அன்று அவன் உடுத்திச் சென்ற சந்தன நிறச் சட்டையும் செண்டும் மூச்சுக்குள் அவன் வாசத்தோடு மணப்பது போலிருந்தது. "ஹலோ சரண்யா..." என்று அரவிந்தனின் குரல் கேட்டது. சந்தோஷமா, கிளர்ச்சியா எனத் தெரியாமல் படபடவென வந்தது இவளுக்கு. "எங்கே இருக்கீங்க? எந்தக் கப்பல்ல... பத்திரமா இருக்கீங்களா...?" எனக் கத்துவது போலக் கேட்டாள். அவன்," எல்லாம் பத்திரமா இருக்கேன்மா. நீ பயப்படுவேன்னு தெரிஞ்சுதான் ஃபோன் பண்ணேன். கடத்தப்பட்டது எங்க கப்பல் இல்ல. இன்னும் ஒரு வாரம் கழிச்சுத்தான் எங்க கப்பல் கிளம்புது. நீ பயப்படாதே... நான் நலமா இருக்கேன்." என்றான்.

விடுபட்டதுபோல இருந்தது மூச்சு... "நீங்க அந்த வேலையை விட்டுட்டு வந்துடுங்க... நாம இங்கே வேற வேலை பார்த்துக்கலாம்." என்றாள்.

"பார்க்கலாம்மா..." என்றான்.

"இல்ல வந்துடுங்க... வந்துடுங்க." என்றபடி அழுது கொண்டிருக்கும் மனைவியை அவன் சமாதானப்படுத்திக் கொண்டிருந்தான். தன்னைப்போல அந்தக் கடத்தப்பட்ட பயணிகளின் மனைவிகளும் அம்மாக்களும், குழந்தைகளும் எப்படி வருந்துகிறார்களோ என நினைத்த மாத்திரத்தில் அவள் கண்களில் கண்ணீர் பெருகியபடி இருந்தது.

நீரில் நீந்தும் நிலவைக் கீறிச் செல்லும் கப்பல், நிலவைத் துண்டுசெய்ய முடியாமல் விட்டுவிட்டுப் போவதுபோல அவர்களும் பத்திரமாய் வீடு திரும்பட்டும் என்று வேண்டியபடி இருந்தது அவள் மனது.

- தினமலர் பெண்கள் மலர், மார்ச் 29 - ஏப்ரல் 5, 2013

பட்டாம் பூச்சிகளும் பூக்களும்

வண்ணத்துப் பூச்சிகள் பல வண்ணங்களில் பறந்து கொண்டிருந்தன. தோட்டம் முழுமைக்கும் எந்த வாசனைப் பூவில் எந்த மாதிரித் தேன் இருக்கும் என கணித்ததுபோல ஒவ்வொரு பூவின் அருகிலும் சென்று ஒவ்வொரு மொழியில் பேசிக் களித்துக் கொண்டிருந்தன. அந்தப் பூக்களும் அதை ரசித்ததுபோலச் சிரித்துக் கொண்டிருந்தன. இரவானதும் வாடினாலும் தினமும் புதிது புதிதாய்ப் பூக்களை உண்டுபண்ணும் செடிகளில் அமர்ந்தபடி அரசோச்சும் தங்கள் ஸ்தானத்தைப் பெருமிதமாய் நினைத்ததுபோல.

எத்தனை கதாநாயகிகள் பார்த்தாலும் அத்தனை பேரோடும் கூடிக் களிக்கும் கதாநாயகர்களின் மனநிலையில் வண்ணத்துப் பூச்சிகள் சுற்ற உணர்ந்த பூக்களுக்கும் தெரியும் இந்த மயக்கம் எல்லாம் தேனிருக்கும்வரை மட்டுமே. பளபளப்பு தீர்ந்தவுடன் கசங்கிய ஜிகினா காகிதமாய் குப்பையாய் வாடிப் போய் விடுவோம் என்று.

இஷ்டப்பட்ட பூக்களில் தேனை உறிஞ்சியவாறு பூச்சிகள் பலவும் சுற்ற அந்த மயக்கத்தையும் ஆழ்ந்து அனுபவித்தபடி இருந்தன பூக்கள். ஒன்றையே வட்டமிட்ட சிலவும், கண்ணா மூச்சி ஆடிக் கொண்டிருந்தன. ஆள முடியாத அழகுப் பூக்களைக் கிறங்கடிப்பதில்தான் அவற்றுக்கு மகிழ்ச்சி. ஒரு சவாலை சந்தித்து வெற்றியடைந்ததாய். இதையெல்லாம் தன்னுடைய ஸ்க்ரிப்ட்டில் குறித்தபடி இருந்தாள் சக்தி

ஒரு விளம்பரப்படத்தில் ஹீரோயினைச் சுற்றி சில வண்ணத்துப் பூச்சிகள் பறக்க எடுக்க வேண்டிய குறிப்புகளுக்காக இந்த பூக்கள், வண்ணத்துப் பூச்சி காட்சிப் படிமத்துள் ஆழ்ந்திருந்தாள். அது வாடகைக்கு எடுக்கப்பட்ட ஒரு தனி வீடு. அப்போது மார்க்கெட் சிறிது சரிந்திருந்த ஒரு பிரபல நடிகையான ஷீதள் நடிக்க ஒப்புக் கொண்டிருந்தாள். அவளின் சினிமாவைவிட விளம்பரம் மிக அழகாய் வந்து கொண்டிருந்த காலகட்டம். சினிமா, விளம்பரம் என்றெல்லாம் பிரிக்காமல் எதெல்லாம் வருமானம் தருகிறதோ அதையெல்லாம் அவளின் சித்தி ஒப்புக் கொண்டதால் தட்டாமல் அவள் நடித்து வந்தாள்.

நல்ல நடிகை என்று பெயரை நிலை நிறுத்திவிட்டால் போதும் சில காலகட்ட கஷ்டத்துக்குப்பின் பெரிய அளவு அங்கீகாரமும், புகழும் மரியாதையும் கிடைக்கும். அதற்கு கொடுக்கும் விலை சில சமயம் உடலாகவும், சில சமயம் தன்மானமாகவும் இருக்கும். ஒவ்வொரு சிரமத்தையும் கடக்க உடல் என்ற வாகனத்தைச் சுமந்தபடி அதில் சில சமயம் பலரையும் சுமந்தபடி கடக்கும் இந்தக் கஷ்டம் பிரபலமடைந்துவிட்டால் குறைந்துவிடும். பின்னர் பலர் சுமக்கத்தான் செல்லலாம். பல்லாக்கில் போவதுபோல. ஏதோ ஒரு இடத்தில் ஒரு படத்தில் பயங்கர அடி வாங்கிவிட்டால் பின் இறங்கி நடக்க வேண்டியதுதான்.

சக்தி பெருமூச்சுவிட்டாள். நான் யார் என்ற பெருமிதத்தை எல்லாம் இது உடைத்து விடுகிறதே. உயிர்வாழக் கிடைத்த வாய்ப்பை எல்லாம் ஒப்புக்கொள்ள வேண்டியிருக்கிறதே. வயிற்றைவிட எதுவுமே பெரிதல்ல. இன்னும் இயக்குநர் வரவில்லை. இதை ஒருமுகப்படுத்தி நடத்தும் பார்க்கவி மேடமும் இன்னும் இந்த விளம்பரப் பட ஷூட்டிங்குக்கு வரவில்லை. எல்லாரும் வரும் முன் வந்து இருக்க வேண்டியது சக்தியின் பொறுப்பு. முன்பு ஒரு பிரபல டைரக்டரிடம் உதவி இயக்குநராகப் பணி புரிந்து வந்தாள். வாழ்க்கைச் சக்கரம் ஓட, ஒன்றன் பின் ஒன்றாக ஒரு பத்திரிகை, ஒரு தொலைக்காட்சி நிகழ்ச்சி என மாறி இப்போது இந்த விளம்பரப் பட இயக்குநரிடம் பணி புரிந்து வந்தாள்.

பெரிய இயக்குநராக வேண்டும் என்ற கனவிருந்தும் வாழ்க்கை துரத்துகிறதே... வருமானம் என்னும் பிடிமானமில்லாமல் எதைக் கொண்டு எதை ஓட்டுவது. ஒரு பெண் இயக்குநராகவும். நடிகையாகவும் ஒன்றும் வித்யாசமில்லை. அதற்கு உடல் பளபளப்பு, வடிவம் முக்கியம். இன்றைய வெகுஜனம் நடிப்பைவிட

உருவங்களின் அழகுக்குத்தானே மயங்குகிறது. உடனடி ரெஸ்பான்ஸ் என்பது அதற்குத்தான். அப்படி அழகாய் இருப்பவளுக்கு நடிக்கத் தெரிந்தால் அது போனஸ் தகுதிதான்.

இயக்குநர் ஒரு நல்ல கதை சொல்லியாக இருக்க வேண்டும். அந்தக் கதை மக்கள் மனதை அசைக்க வேண்டும். அல்லது ஆட்டுவிக்க வேண்டும். இப்போதெல்லாம் விளம்பரம், ஆடம்பரம், டெக்னிக் இதுதான் ஒரு கமர்சியல் சினிமாவை வெற்றிக்குள்ளாக்குகிறது. அதற்குத் தொலைக்காட்சிகளில் ப்ரமோ நிகழ்ச்சிகள் வேறு. தான், தன் கதையை மட்டும் சொல்லி ஒரு தயாரிப்பாளரை சினிமா தயாரிக்க சம்மதிக்க வைப்பது ப்ரம்மப் பிரயத்தனம்தான். வெவ்வேறு இடங்களில் பணிபுரிந்த பெரிய பெரிய அனுபவங்கள் விசிட்டிங் கார்டு போலத் தேவைப்படுகின்றன சினிமாவில் கோடிகளால் காட்சிகளை அமைப்பவர்கள் மனதைக் கவர்வதற்கு. சினிமா என்பது பலகோடி மூலதனத்தில் எடுக்கப்படும் ஒரு கேளிக்கை வியாபாரம். அதன் ஒவ்வொரு நிமிடமும் மீட்டர் வட்டிகளால் அளக்கப்படுகிறது. வட்டி கட்ட முடியாத சில தயாரிப்பாளர்களின் தூக்குக் கயிற்றாலும்.

இன்னும் இரண்டு மணி நேரம் இருக்கிறது. இருந்தும் இன்று ஷூட் எடுக்கத் தேவையான பொருட்கள், ஆட்கள், எல்லாம் சரியாக இருக்கிறதா? டைரக்டர் வரும்முன் எல்லோரும் வருகிறார்களா? என பார்த்து, அவர் வரும் நேரம் ரெடியாக வைக்க வேண்டியது அவள் பொறுப்பு. பார்கவி மேடத்திற்கு போன் செய்தால் எடுக்கவேயில்லை. நேத்து ஏதாவது பார்ட்டியாய் இருக்கலாம். பல தொழில் செய்யும் அவருக்கு ஏதோ ஒரு கூட்டம், பார்ட்டி இருந்திருக்கக்கூடும். இன்னும் ஒரு மணி நேரத்துக்குப் பின் ஃபோன் பேசலாம் என்று காஸ்டியூம் டிசைனர் ராதாவுக்கு போன் செய்தாள். அவள் வண்டியில் வந்துகொண்டிருக்கலாம். கொரகொர வென்ற சத்தத்தோடு “வந்துட்டே இருக்கேன் சக்தி” என்றாள்.

காமிராமேன் ராகவன் வீட்டின் பக்கத்தில்தான் ஷீதளின் வீடும். சில சமயம் இருவரும் ஒன்றாகவே வந்து விடுவார்கள். ஷீதள்கூட ஜாலி பெண்தான். மற்ற நடிகைகளைப் போல இல்லாமல் நட்பாகப் புன்னகைத்தபடி இருப்பாள். செல்ஃபோனை வைத்துக் குறுந்தகவல்கள் அனுப்பியபடி இருப்பாள். அவளின் ரசிகர்கள், ஆண் நண்பன் ஒருவன் என்று யாராவது வருவார்கள். ஹாய் என்று தோளில் கை போட்டுப் பேசும் பழக்கம் அவளுக்கு,

அவளின் சித்தி வரும் நாட்களில்தான் சிறைக் கைதியைப் போல இருப்பாள். அப்போது செல்ஃபோன் குறுந்தகவல்கள் ரொம்ப வந்து போகாது. அந்த ஆண்நண்பனும் வரமாட்டான்.

நேற்றைய விளம்பரத்தின் சில ஷாட்கள் எடுத்தால் போதும். எல்லா பிரபல தொலைக்காட்சி நிகழ்ச்சிகளிலும், அப்புறம் இந்த விளம்பரம் சக்கைப் போடுதான். வண்ணத்துப் பூச்சிகளாய்ப் பறக்கும் தோட்டத்தில் இரவு உடையை லேசாய்க் களைந்து அவள் ஒரு பூவாய் மலர்ந்திருக்க அந்த சோப்பைத் தடவியதும் நுரை பொங்க இருக்கும் அவளை நோக்கி எல்லா வண்ணத்துப் பூச்சிகளும் அந்த சோப்பின் வாசனையால் கவரப்பட்டு வருவதும் அமர்வதும் மாதிரியான ஒருசில காட்சிகள் எடுக்கப்பட்டு இருந்தன. சோப்பு நுரைக்காய் அந்த லிக்விட் சோப்பின் பாட்டில்கள் அடுக்கப்பட்டிருந்தன. கிராஃபிக்ஸ் பட்டாம் பூச்சிகளுடன் கைகோர்க்கப் போகும் ப்ளாஸ்டிக் பட்டாம்பூச்சிகளை எல்லாம் சரிபார்த்தபடி கணவருக்கு ஃபோன் செய்தாள், மகளைப் பள்ளியில் கொண்டுவிட்டாச்சா? என்று கேட்டு.

கணவன் தனியார் அலுவலகம் ஒன்றில் பணிபுரிய அதன் அருகிலேயே இருக்கும் பள்ளியில் மகளைச் சேர்த்திருந்தார்கள். அவளின் அலைச்சலான வேளையில் ஒருவராவது குழந்தையை அருகில் இருந்து பார்த்துக் கொள்ளலாம் என்று வீடும் அங்கேயே பிடித்திருந்தார்கள். இவர்கள் வீடு என்னும் தோட்டத்தில் இரண்டு வண்ணத்துப் பூச்சிகளாக வேலை செய்ய தினம் இரவில் கதை கேட்கும் குட்டி வண்ணத்துப் பூச்சியாய் மகள் காத்திருப்பாள். பல சமயம் அப்பாவின் கதைகளோடு தூங்கும் அவளுக்கு அம்மாவின் கதைகள் எப்போதாவதுதான் கேட்கக் கிடைக்கும். அதுவும் வாழ்க்கையின் பல சுற்றுக்களில் சுற்றிச் சுற்றி வருவதால் சக்தி இப்போதெல்லாம் கதை என்பதையே மறந்துவிட்டாள். எல்லாம் தொழில் சம்பந்தப்பட்ட ஷூட்டிங்குக்கான காட்சிகள்தான்.

நேற்றைய காட்சிகள் அற்புதமாய் வந்திருந்தன. இன்றைய ஷூட் கூட தேவையில்லை. சில இடங்களில் இன்னும் சிறப்பான ஷாட்ஸ் எடுத்து இணைக்கலாம் என்ற இயக்குநரின் விருப்பத்தின் பேரிலேயே இன்றைய ஷூட் இருந்தது. தடதடவென்று ஸ்கூட்டியில் வந்து இறங்கினாள் காஸ்ட்யூம் டிசைனர் ராதா, இரவு உடைகள் விதம் விதமாய் வைத்திருந்த பையுடன்.

என்னப்பா இன்னும் யாரும் வரலையா என்ற கேள்வியுடன் லன்ச் பையைத் திறந்து டிஃபன் பாக்ஸை எடுத்தாள் ராதா.

“இன்னிக்கு பூரி கிழங்கு, நீ சரியாவே சாப்பிட மாட்டேங்குற. உனக்கும் சேர்த்து கொண்டுவந்திருக்கேன்” என்றாள். மிகுந்த நன்றியோடு அவளைப் பார்த்தாள் சக்தி... “சரி சரி அப்புறம் உணர்ச்சி வசப்படலாம். இப்போ சாப்பிட வா” என்றாள் ராதா. இருவரும் கைகழுவிவிட்டு சாப்பிடத் தொடங்கினர்...

ஹாண்ட்பாகில் இருந்த செல் அடித்தது. எடுத்துப் பேசிய சக்தி, “அப்படியா? அப்படியா?” என பேயறைந்தது போலானாள். தின்ற கிழங்கு தொண்டையிலேயே நின்றுவிட்டது போலிருந்தது. “ராதா, சீக்கிரம் கிளம்பு. ராகவன்தான் ஃபோனில். நாம ஷீதள் வீட்டுக்குப் போகணும், கெட்ட செய்தி ஒண்ணு. அவங்க தூக்கு மாட்டி இறந்துட்டாங்களாம்...”

“என்ன...” என்று எழுந்த ராதாவின் கையிலிருந்து டப்பா உருண்டோடியது.

நல்ல உற்சாகமான பெண். எல்லாரிடமும் அட்ஜஸ்ட் செய்து போகிறவள். என்ன உடை கொடுத்தாலும் உடுத்தி நடிப்பாள். எந்தத் தொந்தரவும், எந்த பந்தாவும் இல்லாதவள் எனப் பெயரெடுத்திருந்த ஷீதளின் மரணத்துக்கு என்ன காரணம் இருக்க முடியும். இருவரும் வாட்ச் மேனிடம் சொல்லிவிட்டு இயக்குநருக்கும், பார்க்கவி மேடத்துக்கும் ஃபோன் செய்து விபரம் சொல்லிக் கிளம்பினார்கள் ராதாவின் ஸ்கூட்டியிலேயே.

போகும் வழியெல்லாம் வண்ணத்துப் பூச்சிகளும் தட்டான்களும் பறப்பது போலிருந்தது சக்திக்கு. ஓரளவு முடிந்துவிட்டாலும் இன்னும் மிச்சத்தை முடிப்பதற்குள் அவள் இறந்த பதட்டம் கொஞ்சம் கொஞ்சமாய் எல்லார் முகத்திலும் பரவி இருந்தது. வண்டியை விட்டிறங்கிய போது கால்கள் தொய்வது போலிருந்தது. என்ன வாழ்க்கை இது? பட்டாம் பூச்சிகள், பூக்கள் போலத்தானா... எப்படிப் பூத்தது எனத் தெரியாமல் வாடிப் போகும் பூவைப் போல சுருண்டு கிடந்தாள். கழுத்தில் புடவையோடு இறக்கிப் படுக்க வைக்கப்பட்டிருந்த ஷீதள். ஜீன்ஸ் பாண்டும் டீசர்ட்டும் அணிந்திருந்தாள்.

நேற்று பார்த்தவர்கள் சொல்லி இருக்க முடியாது இந்தப் பெண் இன்று இறந்து விடுவாள் என்று. கண்களை யாரோ மூடிவிட்டதால் இரண்டு தூக்கிய இறக்கையோடு கூடிய பட்டாம் பூச்சிகள்போல இருந்தன. முகத்தில் மேக்கப் சரியாகக் கலைக்கப்படாததால் வண்ணம் கொண்ட பட்டாம்பூச்சி பறக்கும்போது மோதி அப்பியதுபோல இருந்தன கன்னங்கள். திடீர் மரணம் என்பதால்

தொலைக்காட்சி, செய்தித்தாள் நிருபர்கள் கூட்டமாய் வரத் தொடங்கினார்கள். அவளின் சித்தி கலங்கிய குரலோடு “பேட்டி பேட்டி” என அழுது கொண்டிருந்தாள்.

எவ்வளவு நடித்தாலும் வீட்டில் இருப்பவர்களே பண வரவு செலவெல்லாம் பார்த்துக் கொள்வதால் என்ன வருகிறது? என்ன சேமிக்கப்படுகிறது? என்பதெல்லாம் ஒரு நடிகைக்குத் தெரிவதில்லை, ஷீதளும் அப்படித்தான். அவ்வப்போது சித்தியிடம் டிஸ்கோதே போக, ஷூட்டிங் இல்லாத நேரங்களில் ஷாப்பிங் செய்ய என்று பணம் கேட்பாள். பணம் கொடுக்கும் நேரத்தில் அவளுக்கும் சித்திக்கும் பலத்த சண்டை ஏற்படும். நேற்றும்கூட அதேபோல பலத்த சண்டை.... எப்போதும் போல இல்லாமல் கை கலப்பாய். இருவரும் காயம் ஏற்படும் அளவிற்கு சண்டையிட்டிருக்கிறார்கள். இரவில் கோபத்தில் வீட்டில்தான் சம்பாதித்தும் இஷ்டப்படி வாழமுடியாத கோபத்தில் புடவையை எடுத்துச் சுருக்காக்கித் தூக்குப் போட்டுக் கொண்டிருக்கிறாள் கூடை சேரின் கொக்கியில்.

இரண்டு மூன்று நடிகைகள் பயந்த முகத்தோடு அழுதபடி அவள் அருகில் நின்றிருந்தார்கள். ராகவனும் இயக்குநரும் ஒரு பக்கம் நிற்க, பார்க்கவி மேடம் வந்து “ஐயோ” என்றார். ‘குபுக்’ என அழுகை பொங்கியது சக்திக்கு. ராதாவும் அதேபோலத்தான் இருந்தாள். வாய்விட்டு அழத் தோன்றினாலும் துக்கம் தொண்டையை அடைத்த மாதிரி இருந்தது. நேற்று அவளுடன் ஜோக்கடித்துக் கொண்டே சாப்பிட்ட இறால் பிரியாணி ஞாபகம் வந்தது. நேற்று பூவாய் இருந்தவள் இன்று அடிபட்டுக் காய்ந்த இறகோடு கிடக்கும் பட்டாம்பூச்சியானது எங்ஙனம்...?

‘என்ன போ மனுஷ வாழ்க்கை... எதுக்கு ஓடுறோம். பட்டாம் பூச்சி முண்டி முண்டி எம்புட்டுத் தேன் குடிக்க முடியும். வீடு வாசல், சொத்து பத்து இதெல்லாம் சேர்த்த பின்ன எப்பிடி பட்டாம்பூச்சி மாதிரி பறக்கிறது. அப்புறம் தேன் என்ன? மான் என்ன? எல்லாமே மெட்டீரியலிஸ்டிக் உலகம்தான். ஷீதளின் சித்தியைப் பார்க்கப் பரிதாபமாக இருந்தது. தங்க முட்டையிடும் வாத்தை ஒரேயடியாகக் கொன்றுவிட்டவளைப் பார்ப்பதுபோல அசூயையாக இருந்தது.

பூக்களைப்போல வாடி விடும் ஆசைகளோடு. பட்டாம் பூச்சிகளாய்க் குலவித் திரிவதும், திரவம் உறிஞ்சுவதுபோல திரவியம் சேர்ப்பதும் என்ன பலன்? யாருக்காக? எதற்காக? இந்த

வீட்டில் இனி அவள் சித்தியின் வயதான பருவம் கழியலாம் குற்ற உணர்ச்சியோடு. அந்தக் கொக்கி ஒன்றே போதும் ஒரு பட்டாம்பூச்சி தூக்கிட்டுக் கொண்டதை நினைவு படுத்த. பின் பக்க ஜன்னல் வழியில் சில பூச்சிகள் பறந்து கொண்டிருந்தன... வெய்யிலில் அவற்றின் பளபளப்பு மினுமினுத்தது. பூக்கள் மலர்ந்து கிடந்தன நேற்றைய ஷீதள்போல. அவள் ஆசைகள்போல, அவள் சிரித்த அழகிய இதழ்கள்போல. அவள் வெள்ளை மனம்போல. அவரவர் வாழ்வை அவரவர் வாழும்போது அவள் மட்டும் வாழ முடியாமல் முடித்துக் கொண்டாள்.

அவளைத் தொட வேண்டும் போலவும், வேண்டாம் போலவும் இருந்தது. காவல்துறை விசாரணை முடித்து, மார்ச்சுவரிக்கு சோதனைக்குச் சென்றபின்தான் தகனம் செய்ய முடியுமாம், பட்டாம் பூச்சிகளையும் பூக்களையும் எப்படிப் பிணவறையில் அறுப்பார்கள் அந்த டாக்டர்கூட அழுது கொண்டே இதைச் செய்யலாம். வெளியில் வந்த போது பக்கத்திலிருந்த கடையில் ஏதோ ஒரு செய்தித் தொலைக்காட்சியில் ஷீதளின் இறப்பு பற்றிய விவரம் ஓடிக் கொண்டிருந்தது. அதில் ஒரு சைக்கியாட்ரி டாக்டரிடம் கருத்து கேட்டார்கள். அவர் சொல்லிக் கொண்டிருந்தார்" நடிகைகள் எல்லாருக்கும் கவுன்சிலிங் கொடுக்க வேண்டும். இந்த மாதிரி மனோ நிலை இருப்பவர்களுக்குக் கட்டாயம் கொடுக்கணும். அவங்க வேலை ஸ்ட்ரெஸ் அப்பிடி. நான் இதுக்காக இலவச சேவையா ஒரு கவுன்சிலிங் மையம் ஆரம்பிக்கலாம்னு இருக்கேன். தற்கொலை எண்ணத்தோட இருக்குறவுங்க இந்த எண்ணைத் தொடர்பு கொள்ளலாம்" என்று.

'அட போங்கப்பா... வாழும் போது தேவைப்பட்ட பணம் சம்பாதிச்சும் அனுபவிக்க முடியல நினைச்சத எல்லாம். தோட்டக்காரங்க மாதிரிகூட இருக்குற மனுஷங்க பூவை கிள்ளிப் போடுறாங்க. அல்லது பட்டாம்பூச்சிகளைத் தற்கொலைக்கு தூண்டுறாங்க...' அவள் ஷீதள் வீட்டின் தோட்டத்தைத் திரும்பிப் பார்த்தாள்... பறந்து கொண்டிருந்த ஒரு சில பட்டாம்பூச்சிகளின் பின்னும் மரங்களில் தொங்கிய கொடிகளின் நிழல்கள் தூக்குக் கயிறைப் போல நீண்டிருந்தன. பொங்கி வரும் அழுகையை அடக்கியபடி ராதாவின் வண்டியில் அமர்ந்து வீட்டில் இறங்கிக் கொண்டாள்.

பள்ளிவிட்டு வீடு வந்த மகளும் கணவனும் சாப்பிட்டு அமர்ந்திருந்தார்கள், மகள் கேட்டாள், "அம்மா, அம்மா, எனக்கு பட்டர்ஃப்ளை கதை சொல்றேன்னு சொன்னியே... அது எப்பிடி

கார்டனுக்கு வந்தது... எப்பப் பொறந்துச்சு" என்று கேட்டாள். பொல பொலவென உதிர்ந்த கண்ணீருடன், "அதெல்லாம் தெரியாதுடா செல்லம். ஆனா அந்த பட்டர்ஃப்ளை செத்துப் போச்சுடா. இன்னொரு நாளைக்குச் சொல்றேன்" என்றாள். விபரம் புரிந்த கணவர் என்ன சொல்வது எனத் தெரியாமல் அமைதியாய் இருந்தார்.

அம்மாவின் கண்ணீரைத் துடைத்த மகள், "அம்மா அந்த பட்டர்ஃப்ளை செத்துப் போகலை. நான் ஆகிட்டேன் அழாதீங்கம்மா" என்று சிரித்தாள்... 'ஆம் வண்ணத்துப் பூச்சிகள் என்றும் மரிப்பதில்லை வேறு உருக் கொள்கின்றன... இந்த வண்ணத்துப் பூச்சியை நான் கவனமாக வளர்க்க வேண்டும். எல்லாப் பூக்களும் எல்லா இன்பங்களும் எல்லா நன்மைகளும் கிடைக்க வேண்டும்' என்று எண்ணியபடி தன் மகள் என்னும் வாசம் மிகுந்த வண்ணத்துப் பூச்சியை அணைத்துக் கொண்டாள் சக்தி. பூக்களின்மேல் கிடக்கும் பட்டாம் பூச்சிபோல அம்மாவைக் கட்டிப் பிடித்துக்கொண்டாள் சக்தியின் மகள்.

செம்மாதுளைச்சாறு

அந்த வங்கிக்குள் நுழைந்தாள் அவள். வாடிக்கையாளர் சேவையில் புகழ்பெற்று கோலோச்சிக் கொண்டிருந்தது அந்த வங்கி.

அவள் ஒரு திராவிடப் பெண்மணி – அது போதும் அவளைப் பற்றிய மேலதிகத் தகவல்களை நீங்களே ஊகித்துக் கொள்ளுங்கள். பெரிய சரீரம், கறுத்த நிறம், கீரைக் கட்டாய்க் கூந்தல். கருநிலவுகளாய் உருண்டு கொண்டிருக்கும் கண்கள். பொருத்தமாய் இருந்தாலும் ஏதோ ஒரு ஜவுளிக்கடையில் எடுக்கப்பட்டிருந்த ஒரு ரவிக்கையும் புடவையும்.

அனைத்துப் பணியாளர்களும் பரபரப்பாய் இயங்கிக் கொண்டிருக்க, ஒவ்வொருவரையும் பார்த்த அவள் மேனேஜருக்காகக் காத்திருந்தாள். முன்பே தெரிந்தவள் என்பதால் ஒவ்வொருவராக குசலம் விசாரித்தும், புன்னகை சிந்தியபடியும் சென்றார்கள். மிக அதிகமான அளவு டெபாசிட் வைத்திருப்பவர்களை அனைவருக்கும் பிடிக்கும்தானே.

அவள் அமர்ந்திருந்த இடத்திலிருந்து பார்த்தபோது அனைவரும் கம்ப்யூட்டரில் வாத்யம் இசைக்கும் புல் புல் போலத் தெரிந்தார்கள். நின்றபடியும் பறந்தபடியுமாய். கரன்சியின் சத்தம் ராகமாய் இடம் தோறும் பெயர்ந்து கொண்டிருந்தது.

இதுவரை லாக்கரில் எத்தனையோ கொண்டு வைத்திருக்கிறாள். ஆனால் இதை வைக்க முடியுமா தெரியவில்லை. மேனேஜரைக் கேட்க வேண்டும். முதலில் டெப்பாசிட், இல்லாவிட்டால் லாக்கர்

அல்லது அடமானமாவது வைக்க வேண்டும். ஏதோ ஒரு இடத்தில் அதை வைக்க வேண்டுமென்று நினைத்தாள் அவள். சுமந்து அலைவது மிகக் கஷ்டமாக இருந்தது. பாதுகாக்க முடியவில்லை. எல்லா ஆசைகளையும் தூண்டிக் கொண்டிருந்தது அது. அவளை நிம்மதியாய் உறங்க விடுவதில்லை.

இரவில் விழித்து எழுந்து பார்ப்பாள். பத்திரமாய் இருக்கிறதாவென. குப்பென வியர்க்கும். வேர்வையினூடே காத்தருளும்படி கடவுளை வேண்டிக் கண்ணீர்விட்டபடி கண்ணயர்வாள்.

அது அடிக்கடி அவளைச் சித்திரவதைக்குள்ளாக்கிக் கொண்டு இருக்கிறது. அதிலிருந்து கிளம்பும் பிரியம் அவளை வசப்படுத்தியதுபோல் காயப்படுத்தியும், பயப்படுத்தியும் இருக்கிறது.

கோட்டுக்காரன் வாத்தியம்போல கடிகாரம் ஒலிக்க மேனேஜர் உள்நுழைந்தார் ஒரு புன்னகையுடன். சின்ன வயதிலிருந்து அவளுக்கு வங்கி மேனேஜர்களையும் டாக்டர்களையும் பிடிக்கும், அவர்களின் புன்னகை முகமும். டாக்டர்களின் சிரித்த முகத்தைப் பார்த்தாலே நோவடங்கி விடுவதுபோல, மேனேஜரின் புன்னகையைப் பார்த்தாலும் தன் பிரச்சனைக்கெல்லாம் ஒரு தீர்வு வந்துவிட்டது என்ற நம்பிக்கை அவளுக்குப் பிறக்கும்.

தான் ஏன் ஒரு டாக்டரிம் இதைக் கொடுத்து வைக்க யோசிக்கவில்லை என நினைத்தாள். ஒரு வேளை மாற்றி வேறொருவரிடம் வைத்துவிட்டார் என்றால்... நினைக்கவே பயமாய் இருந்தது. சரி ஒரு அடகுக் கடைக்காவது போயிருக்கலாம். ஒரு சிட்டை எழுதிக் கொண்டு பணம் வேறு கிடைக்கலாம். யார் கண்டது மீட்க முடியாமல் மூழ்கிவிட்டால்...அவர்கள் எல்லாவற்றோடும் சேர்த்து இதையும் அழித்துவிட்டால். என்னவானாலும் சரிதான் இங்கே வந்ததே சரி என நம்பினாள் அவள்.

எடுத்து வைத்துவிட்டால் தீர்ந்தது பாரம். எல்லாவற்றிலும் மிக இலகுவானதாய்க் கைப்பிடி அளவு இருந்தாலும் எல்லாவற்றிலும் கடினமானதாய் இருந்தது அது. எதைப் போட்டாலும் உள்ளடக்கி வழிந்து கொண்டிருந்தது அது. அதை மட்டும் ஒப்புவித்துவிட்டால் ஒரு காற்றடைத்த பலூன்போல எங்கெங்கும் பறந்து செல்லலாம் என்பதே நிம்மதியாயிருந்தது அவளுக்கு.

மேனேஜர் ஒரு சில முக்கியமான கோப்புக்களில் கையெழுத்திட்டபின் அவளை அழைத்தார். ஏசி மெஷினின் ஒலியும்

கம்யூட்டரின் தட்டுக்களும், சரசரவெனப் பேனாக்களின் ஒலியும் சீல் குத்தும் மெஷினின் முத்தாய்ப்பும் ஒரு தேர்ந்த சிம்பொனியாய் ஒலிக்க அவள் சினிமாக்களில் வரும் ஹீரோயின்போல மெல்ல நுழைந்தாள் மேனேஜரின் அறைக்குள்.

முகமன்கள் கூறி வரவேற்ற அவருக்குப் புன்னகையால் பதிலளித்தாள். அவளுடைய அனைத்துப் பண பரிவர்த்தனைகளும், லாக்கரும் அங்கே இருந்ததால் குளிர்பானம் வாங்கச் சொல்லியவாறு என்ன தேவையென விசாரித்தார். அவள் மையமாய்ப் புன்னகைத்தவாறே தன் இடது தோளின் பக்கம் கையைக் கொண்டு சென்றாள்.

வழக்கமாகக் கைப்பை எடுத்து வரும் அவள் இப்படிச் செய்ததும் மேனேஜர், பெண்கள் பர்சை வைக்க ஏன் இந்த இடத்தைத் தேர்ந்தெடுக்கின்றனர் என்ற சங்கோஜத்தோடு குனிந்தவாறு இருந்தார்.

எதையோ உள்ளிருந்து பிய்க்க முயல்வது போலிருந்தது அவளது நடவடிக்கை. என்ன செய்யப் போகிறாள் எனப் புரியாமல் அமர்ந்திருந்தார் அவர். ஏதாவது ரவிக்கை கொக்கியில் மாட்டிவிட்டதோ என அவர் எண்ண வலுவோடு போராடிப் பிடித்து இழுத்து அறுந்ததுபோல் அதை அவள் வெளியில் எடுத்து வைத்தாள்.

அது...

அது...

அவளின் இதயம்...

பார்த்தவுடன் அவருக்குக் குப்பென வியர்த்தது. ஆரிக்கிள், வெண்ட்ரிக்கிள், தமனி, சிரை, எல்லாம் அறுத்துவிட்டுச் செங்கலர்ப் பைபோல திடுக் திடுக்கென துடித்துக் கொண்டிருந்தது அது.

'லப் டப் லப் டப்' என்னும் ஒலி இன்னும் அதில் அடங்கவில்லை. ரத்தமும் எங்கிருந்தோ பம்ப் ஆகி எங்கேயோ செல்வதுபோலத் தோன்றியது. எழுந்து நின்றுவிட்ட அவரைப் பார்த்து... "இதுதான். இதேதான்... இதை டெபாசிட் செய்ய முடியுமா?" எனக் கேட்டாள். அதை எடுத்து வெளியில் வைத்ததும் அவள் ஒரு மிதக்கும் பறவையைப்போல இருந்தாள். அதை அங்கேயே விட்டுவிட்டுப் பறந்து விடுவாள்போலத் தோன்றியது மேனேஜருக்கு. எந்த ரத்தக்காயமும் அவள் புடவையிலோ ரவிக்கையிலோ இல்லை.

ஆனால் இப்படி ரத்தமும் சதையுமான இதயத்தை அவர் எங்கேயுமே பார்த்ததில்லை. கசாப்புக் கடையில் ஆட்டுக்கும், கோழிக்கும் இதயம் வெட்டும்போதுகூட அவர் கண்ணை மூடிக் கொள்வார், இறைச்சியை உண்பது வேறு வெட்டுவது வேறு என்பது அவரது அகிம்சை சித்தாந்தம்.

அவரது கேபின் கண்ணாடிக் கூண்டோடு தனியாக இருந்ததால் அந்த டேபிளின்மேல் ஒரு இதயம் துடித்துக் கொண்டிருப்பதை யாருமே கவனிக்கவில்லை. "இல்லை இல்லை இதை டெப்பாசிட் செய்ய ஏலாது, இங்கே பணம் மட்டுமே செய்ய இயலும்." என்றார் அவர்.

ரத்தம் பம்ப் ஆக ஆக அவருக்குப் பீதியாக இருந்தது. "இல்லை அடமானமாக வைத்துக் கொள்ளுங்கள்" என்றாள் அவள். 'இங்கே மூழ்குமுன் நோட்டீஸாவது கொடுப்பார்கள்' என்ற நினைப்பில். மீண்டும் அவள் அதை எடுத்துப் பொருத்திக் கொண்டால் தேவலை என்றிருந்தது அவருக்கு.

"இல்லை அடமானமும் பிடிக்க முடியாது. இங்கே தங்கம் மட்டுமே அடமானம் பிடிக்கப்படும்" என்றார் அவர். கொஞ்சம் கொஞ்சமாகக் கோபமாகிக் கொண்டிருந்தாள் அவள். "எவ்வளவு பணம் போட்டிருக்கிறேன். சரி என்னுடைய லாக்கரிலாவது வைத்துவிட்டுப் போகிறேன்" என்றாள்

'லாக்கரில் வைப்பதா?. பாதுகாப்பானதுதான் என்றாலும் அது என்ன கசாப்புக்கடை ஃப்ரீசரா. ஆனால் மிக நீண்ட நாட்களானால் அதன் வாசமும் ரத்தமும் பக்கத்து லாக்கர்களுக்குப் பரவி விடுமே... யார் யாருக்கெல்லாம் பதில் சொல்லவேண்டி வருமோ?' எனக் கலங்க ஆரம்பித்தார் மேனேஜர்.

அந்த இதயத்திலிருந்து ரத்த ஆறு பெருக ஆரம்பித்தது. அதில் படிந்திருந்த பாசம் மிகச் சிவப்பாய் இருந்தது. பார்க்கக் கண்கள் கூசியது அவருக்கு. டேபிளை நிறைத்து ஒரு பிரகாசமான நதியாய் ஓடியது. அதன் இக்கரையில் அவரும் அக்கரையில் அவளும் நின்றிருந்தார்கள். அவள் அலமாரிகள் சூழ ஒரு தீவில் நிற்கும் நாடோடியைப் போல இருந்தாள்.

இந்த இதயத்தை எப்படியாவது இங்கேயே வைத்துவிட்டுப் போவது என்று பிடிவாதம் பிடித்தவள்போல இறுக்கமாய் நின்றாள். இந்த ரத்தமும் சதையுமான இதயத்தை இறக்கி வைத்தபின் அவள் இறுகிவிட்ட கல்லைப்போலவும் ஒரு விபரீத தோற்றம் கொடுத்தாள். கல்லிலிருந்து விழுந்த தேரைபோல அந்த இதயம் குதித்துக் கொண்டிருந்தது.

‘எத்தனையோ தனியார் வங்கியில் இந்த சேவை இருப்பதாக’ அவள் முணுமுணுத்தாள். ‘சேஃப்டி வேலெட்டுக்களிலும்கூட’. மேனேஜர் “அங்கெல்லாம் உண்டு. இங்கே கிடையாது” என மீண்டும் மன்றாடத் தொடங்கி இருந்தார்.

“வைத்துக் கொள்ள முடியுமா முடியாதா” என அவள் பல்லைக் கடித்தபடி கேட்டபோது “இதெல்லாம் தன்னுடைய அதிகாரத்தில் இல்லையென்றும் தன் மேலதிகாரிகளைக் கேட்டே சொல்ல முடியும்” எனவும் அவர் சத்தற்ற குரலில் கூறினார்.பாங்கிங் பாலிசிகளில் முதன் முறையாக அவருக்கு மதிப்பு பிறந்திருந்தது.

ரத்தப் பூவைப்போல செங்கருப்பில் பூத்துக் கொண்டிருந்த இதயம் ஒரு வினோத பூந்தொட்டியாய் அவர் மனதைக் கிளறியது. பயத்தின் உச்சத்தில் இருந்தார்.

தன் இதயம் இருக்கும் ஒரே காரணத்துக்காகவே காலூன்றி இருப்பவள்போல இருந்த அவள் அதன் கனமற்று பல கணங்களாய் மிதந்து கொண்டிருந்தாள்.

மேனேஜர் முடியவே முடியாது என மறுத்துவிட்டதாலும் அதை இறக்கியபின் அவள் சுமை குறைந்ததாலும் இலகுவான அவள் தன் யதாஸ்தானத்துக்குத் திரும்பினாள். மேஜையில் தனிமையாக ‘ஏற்றுக் கொள் ஏற்றுக் கொள்’ எனத் துடிக்கும் இதயத்தைப் பார்த்தாள். ஏற்கனவே இருந்த தடத்தில் இருந்து ஒரு பாசக் குரல் கேட்டவள்போல அதை நோக்கி வாஞ்சையாய் விழித்தாள்.

‘எதற்காக இங்கே வந்தோம். ஏன் உள்ளிருப்பதை எல்லாம் கழற்றி வைத்தோம்’ என யோசித்தாள். புரியவில்லை. தன்னுடைய இதயம் மட்டும் இன்னும் தனிமையாகத் துடிப்பது அவளுக்குத் துயரம்போல ஒன்றை உண்டு பண்ணியது. அதன் குரலைக் கேட்காமல் மேனேஜர் ஒரு பீதியடைந்த பிரயாணி மோதி விழுந்த முயலைப் பார்ப்பதுபோலப் பார்த்தது இன்னும் என்னவோ போலிருந்தது. ‘எந்த நம்பிக்கையில்தான் இங்கு வந்தோமோ’ என வருந்தினாள். எல்லா மனிதர்களுக்கும் ஒரு எல்லை இருக்கிறது. செயலாற்றும் தன்மைக்கும்கூட....

சுமைதாங்கிக் கல்லைப் போலிருந்த மேஜையிலிருந்து தன் சுமையை சும்மாட்டைத் தட்டிப் பானையை வைப்பவள்போல எடுத்து டக்கென்று பர்சை சொருகிக் கொள்பவள்போல உள்ளே வைத்துக் கொண்டாள்.

மேனேஜர் நாக்கெல்லாம் உலர்ந்து அவளைப் பார்த்தார். ‘எப்படி இப்படி எல்லாம் வைக்கவும் எடுக்கவும் அவளுக்கு இயலுகிறது?

கால் இருக்கிறதா எனப் பார்க்க வேண்டும்' என யோசித்தார். அப்போது உள்ளே வந்த பையன் வைத்த கூல்ட்ரிங்க்ஸ் அவர் மேசையைப் பிடித்த அதிர்ச்சியில் சாய்ந்தது.

செம்மாதுளைச் சாறு நிறைந்த பேப்பர்கப் மேசையில் குழைந்து ஓடத் துவங்கியது. 'என்ன செய்வது இனி 'என நினைத்த அவள் தன்னிதயம் தன்னிடமே திரும்பிவிட்ட திருப்தியில் ஒரு நீல மயில் தன் தோகையை விரித்ததுபோலத் திரும்பி நடந்தாள்.

'நடந்ததெல்லாம் கனவா நனவா?' என அறியாது திகைத்தபடி 'அவள் இதயத்திலிருந்து வடிந்ததின் மிச்சமோ' என அந்தச் செம்மாதுளை ரசத்தைப் பார்த்தவாறு அமர்ந்து இருந்தார் மேனேஜர்.

நான் மிஸ்டர் Y

'**நா**ன் மிஸ்டர் Y. ஆம் மிஸ்டர் Yதான். கிருஷ்ணதேவராயன், அக்பர் போல என் பெயர் ஒரு நாள் விண்ணளாவும். அப்போது தெரிந்து கொள்வீர்கள் நான் யாரென்று. அதுவரை பெயரற்ற மிஸ்டர் எக்ஸான நான் ஒரு ஒய் க்ரோமோசோமால் ஆணாகிவிட்டேன். '

'தப்பிப் பிழைத்திருக்கிறேன். தற்போது இருட்டான ஒரு பதுங்கு குழியில் தங்கி இருக்கிறேன். நான் வெளிப்படும் காலம்வரை என் புகலிடம் இதுதான். என்னை இப்போது போஷாக்கு செய்து வரும் இந்த இடமே என்னைப் புதைக்கும் மயானமாகப் பார்த்தது என்றால் எப்படி இருக்கும்.'

'எனக்குக் கத்திகள் என்றால் பயம். பின் எப்படி மாவீரனாவாய் எனக் கேட்கிறீர்கள். நிச்சயம் ஆவேன். என் பயங்களை வேரறுத்து வெளிப்படுவேன். கத்திகள் மட்டுமல்ல, விஷ மருந்து ஊசிகள் கூடப் பார்த்திருக்கிறேன்.'

'தூக்கு தண்டனையை நீங்கள் ஆதரிக்கின்றீர்களா? மரண தண்டனையை... ஏன் கருணைக் கொலையை? தன்னுடைய தீர்க்கமுடியாத குறைகளோடு ஒருவர் வாழ்வதா சாவதா என்பதைத் தீர்மானிக்க நீங்கள் என்ன கடவுளா.?'

'மண்டை ஓட்டைச் சுக்கு நூறாக உடைக்கும் மெஷினைப் பார்த்திருக்கிறீர்களா? என் கண் அருகில் அவற்றைப் பார்த்திருக்கிறேன். எப்படி எல்லாமோ ஓடி ஒளிந்தேன். எந்தக் குற்றமும்

செய்யாத என்னைச் சித்திரவதைக்குள்ளாக்கி மரணதண்டனை கொடுக்க என் பெற்றோரே ஒப்புக் கொடுத்திருந்தனர்.'

வதை முகாம்களில் ஒடுங்கிக் கிடக்கும் மக்களைப் போல கண்ணீரோடு "நானும் ஒரு உயிர் என்னைவிட்டுவிடு" என மன்றாடியபடி கிடந்தேன். என் அக்காவுக்கு நேர்ந்தது இதேதான். இந்த இடத்தில்தான் அவள் சிதறிச் செத்தாள். அவள் பெண் என்பதால் மட்டுமல்ல. என் பெற்றோருக்கு என் அண்ணன் பிறந்தவுடன் சிசேரியனானதால் மூன்று வருடங்கள் கழித்துத்தான் அடுத்த குழந்தை பிறக்கவேண்டும் என்று டாக்டர்கள் இட்ட கட்டளையை மீறி அவர்கள் அவளைக் கருக் கொண்டார்கள்.'

'எவ்வளவோ தடுப்பு முறைகள் இருந்தும் தங்கள் சுய இன்பத்துக்காக ஏதோ ஒரு அலட்சியத்தில் அவளை உருவாக்கிவிட்டு வயிற்றுக்குள்ளே மயானக் கிடங்காக்கி அவளைக் கொன்றுவிட்டார்கள். அவள் ஆசையோடு விளையாண்ட இடத்திலேயே அவள் சிதறிக் கிடந்தாள்.'

'யுத்தத்தில் மக்கள் புதைக்கப்பட்ட கண்ணி வெடிகளை மிதித்தால் அவர்கள் சிதறிக் கிடப்பதைப் பார்த்திருக்கிறீர்களா? மனித மனம் ஒப்பாத காட்சி அது. ஷெல்லுக்குள்ளே குண்டு வெடித்து சிதைந்த ஒருவரையாவது பார்த்திருக்கிறீர்களா? அவளை முதலில் உறிஞ்சும் குழாய் கொண்டு இழுத்தார்கள். விளையாட்டு என்று நினைத்து அவள் ஒளிந்து கொண்டாள். அடுத்து விஷ ஊசி போட்டுச் சாகடித்தார்கள். அரை குறை மயக்கத்தில் கிடந்தவளை வெளியே உறிஞ்சித் துப்பமுடியவில்லை என்று அவள் மண்டை ஓட்டை மெஷின் சுத்தியலால் உடைத்துச் சுக்காக்கினார்கள். எல்லன் ஆஸ்பத்ரியின் ஒரு மங்கு பாத்திரத்தில் அவள் துண்டாக ரத்தச் சேறாகக் கிடந்தாள்.'

'அதன் பின்னும் என் பெற்றோர் வருந்தவில்லை. அவர்கள் இருவருமே அவளைப் பார்க்கவில்லை. பெற்றோருக்கும் வேண்டாத கருவாக உருவாகிச் சாவது எவ்வளவு கொடிது? கடவுளே கைவிட்டதுபோல ஆகிவிட்டது. எனக்குக் கடவுள் நம்பிக்கையில்லை. அவரும் ஒரு எக்ஸ் ஆக இருக்கக்கூடும்.'

'ஒரு முறை என்னைக் கொல்லத்துணிந்த இடத்தின் வழி செல்லக்கூட எனக்குத் துணிவில்லை. என்னையும் ஊசி துரத்தியது, மெஷின் சுத்தியல் வெருட்டியது. என்ன நிகழ்ந்தது என்ற நினைவில்லாமல் போய்விட்டது. பாதியில் அதைச் செய்த செவிலி அல்லது மருத்துவருக்கு வேறு வேலை வந்துவிட்டதோ

என்னவோ? சிதைத்த துண்டுகள் தானாக வெளிவரும் என்று பாதி வேலையில் போய்விட்டார்கள் போலத் தெரிகிறது.'

'இல்லாவிட்டால் நான் உங்களிடம் இன்று உரையாடிக் கொண்டிருக்க மாட்டேன். என் தாயும் என்னை இழந்த வருத்தத்தோடு வீட்டுக்குப் போனாள். அதற்குமுன் அவளுடைய பயம் பற்றி... அவள் நான் உருவான சமயம் கீழே விழுந்து காலை ஒடித்துக் கொண்டாள். ஒடிந்த காலுக்கு எக்ஸ்ரே எடுத்தார்கள். அடுத்து நுட வைத்திய சாலையிலும் கட்டுக் கட்டினார்கள். எல்லா வைத்தியத்தையும் செய்யும் அவள் எல்லாப் புத்தகங்களையும் படித்து அவற்றையெல்லாம் உண்மை என்று நம்பித் தொலைபவளாகவும் இருந்தாள்.'

'அப்போது செர்னோஃபில் அணு உலை விபத்து பற்றிப் படித்துவிட்டு அதற்குப் பின் ஊனமாகப் பிறந்த அனைவரின் புகைப்படங்களையும் பார்த்து பயந்திருந்தாள். அதேபோல ஒரு கர்பஸ்த்ரியும் எக்ஸ்ரே எடுக்கக் கூடாதென்றும் அப்படி கர்ப்ப காலத்தில் உடலில் எங்கு எக்ஸ்ரே கதிர் பட்டாலும் அவள் கருவில் உள்ள குழந்தை ஊனமாகப் பிறக்க வாய்ப்புள்ளது என்பதையும் படித்துவிட்டு பயந்திருந்தபோதுதான் நான் கர்ப்பத்தில் உருவான செய்தி அவளுக்குத் தெரிந்தது.'

'உடனே ஆஸ்பத்ரிக்கு ஓடினாள். வழக்கம்போலக் கருச்சிதைவு செய்து கொள்ள. இதயமற்றவள். குறையோடு பிறந்தால் என்ன குணத்தோடு வளர்ப்போம் என்ற துப்பில்லாமல். அங்கே இருந்த பழைய டாக்டர் இதுபோல அடிக்கடி செய்ய முடியாது கர்ப்பப்பை வீக்காகிவிடும். ஓட்டையாகிவிடும். ஏற்கனவே சிசேரியன் என்று சொல்ல சொந்த ஊருக்கு ஓடி கருச்சிதைவு செய்து கொண்டாள்'.

'அதுதான் அந்த அரைகுறைக் கருச்சிதைவு. அதில் நான் செத்துப்போகவில்லை. அவளின் கருப்பை சுவர்களைப் பிடித்துக் கொண்டு தொங்கி உயிர்தப்பினேன். அன்றைக்கு 20 பேர்களுக்குமேல் கருச்சிதைவு செய்து கொண்டதால் தனக்குக் கருச்சிதைவு சரியாகச் செய்யப்படவில்லை என உணரவில்லை அவள். வழக்கம்போல டாக்டரம்மா எல்லாத்தையும் எடுத்து க்ளீன் செய்திருப்பார்கள் என நினைத்துச் சென்றுவிட்டாள்.'

'அடுத்து வந்த ஐந்தாம் மாதம் நான் தப்பிப் பிழைத்த மகிழ்ச்சியில் துள்ளத்துவங்கினேன். வயிற்றுக்குள் விரல் ஒன்று உருள்வது போலவும், பட்டாம் பூச்சி பறப்பது போலவும் உணர்ந்த அவள் அடுத்த டாக்டரிடம் சென்றாள். '

'செக்கப் செய்யும் போதே என் இதயத் துடிப்பைக் கேட்ட டாக்டர் சொன்னார். "ஸ்கேன் செய்ய வேண்டும்" என்று. "ஹார்ட் பீட் கேக்குது. எனவே குழந்தை நல்லா ஃபார்ம் ஆயிடுச்சு" என்றார். என் அம்மாவுக்கு பயம், குறையுள்ள பிள்ளை பிறந்துவிட்டால் என்ன செய்வது? எனவே ஸ்கேனில் "கை கால் ஊனமில்லாமல் இருக்கா" எனப் பார்க்கச் சொன்னாள்.

ஸ்கேன் செய்யும்போது அசௌகர்யமாக இருந்ததால் நான் என் கால்களைக் குறுக்கிப் படுத்துக் கொண்டேன். பின்னே ஒளிவெள்ளமும், ஒரே இரைச்சலான ஒலியும் உங்களுக்கு அருகே கேட்டால் என்ன செய்வீர்கள்? கண் மூடி, காது பொத்திக் கொள்வீர்கள் அல்லவா. அப்படித்தான் நானும் செய்தேன்.'

'அந்த சமயத்தில் என் பால் உறுப்பு தெரியாததால் டாக்டர் நான் ஒரு பெண் என்ற அனுமானத்துக்கு வந்தார். என் அம்மாவிடம் சொல்லிக் கொண்டிருக்கிறார். "கை, கால் எல்லாம் நல்லா இருக்கு. இதயம் துடிக்குது, ஒரு ஊனமும் இல்லை. ஆனா, பெண் பிள்ளை" என்று.'

'எனக்கு அன்றைக்கு வந்தது சிரிப்பு. அடக்கமாட்டாமல். பல நாள்கள்... கிட்டத்தட்ட பிறக்கும்வரை குலுங்கிக் குலுங்கிச் சிரித்திருக்கிறேன் இந்த ஸ்கேனிங் மிஷின்களின் நம்பகத்தன்மைகளை நினைத்து. இதைப் பார்த்துவிட்டு எத்தனை பேர் தங்கள் குழந்தைகளை பெண் என்று வெறுத்து அழித்தார்களோ. இதில் ஆணானால் என்ன. பெண்ணானால் என்ன? எல்லாரும் ஒன்றுதானே.'

'எந்த உரிமையில் இவர்கள் கருக்கலைப்பு செய்கிறார்கள் தெரியுமா? 1971 ஆம் ஆண்டுவரை கருக்கலைப்பு செய்து கொள்வது, செய்ய வைப்பது இரண்டுமே சட்டவிரோதமென்று கருதப்பட்டது. இந்தியன் பீனல் கோடு 312 ஆவது பிரிவின்படி கருக்கலைப்பு செய்து கொள்கிறவர்கள், செய்ய வைப்பவர்கள், கருக்கலைப்பு செய்து கொள்ளத் தூண்டுகிறவர்களுக்குக்கூட 3 ஆண்டுகளிலிருந்து ஆயுள் காலம்வரை சிறைத் தண்டனை என்னும் கடும் தண்டனை விதிக்கப்பட்டிருந்தது.'

'The Medical Termination of Pregnancey Act,1971 என்ற மருத்துவ ஆலோசனையின் பேரில் கருக்கலைப்பு செய்வதற்கு, ஒப்புதல் வழங்கல் சட்டத்தை இயற்றியது அரசாங்கம். இதன் படி ஒரு கரு தொடர்ந்து இருப்பது கருவுற்ற தாயின் உயிருக்கு ஆபத்தை விளைவிக்கக் கூடுமானாலோ அல்லது அவள் உடல் நலத்திற்கும்

மன நலத்திற்கும் மிக மோசமாகக் கேடு விளைவிக்கக் கூடியதாக இருந்தாலோ,அல்லது கருவிலுள்ள குழந்தை பிறந்த பின்னர் அங்கங்களில் குறைபாட்டுடனோ, முடமாகவோ அல்லது வேறு உடல் சம்பந்தமாக, மனம் சம்பந்தமாக அசாதாரணமாக இருக்கக்கூடிய வலுவான ஆபத்து இருந்தாலோ, 12 வாரம்வரை வளர்ந்துள்ள கருவைக் கலைத்துக் கொண்டாலோ, மற்றொரு பதிவு செய்து கொண்ட டாக்டரின் அறிவுரையைப் பெற்ற பின்னர் 12 லிருந்து 20 வாரம்வரை வளர்ந்துள்ள கருவை கருக்கலைப்பின்மூலம் அழித்துக் கொண்டாலோ, அவள் எந்த விதத்திலும் குற்றவாளியாகக் கருதப்படமாட்டாள்.'

"உண்மைதான் அம்மா. நீ குற்றவாளி அல்ல சூழ்நிலைக் கைதி, பயந்தவள், அதன் பின் பல வருடங்கள் மனநோயோடு. போராடப் போகிறவள். ஒன்றை அழித்தேனே. ஒன்றை அழிக்க நினைத்தேனே எனத் துயருறப் போகிறவள்."எரியும் பஸ்ஸில் துடிக்கத் துடிக்கத் தன் மூன்று பெண் குழந்தைகளையும் இழந்த தாய்களைப் போல, பள்ளிக்கூட தீவிபத்தில் கருகிய குழந்தைகளின் அம்மாக்களைப் போல, சுனாமியில் நீர் விழுங்க கையறு நிலையில் நின்ற தாய்களைப்போல நீ இழந்த ஒன்றிற்காக நீ வருந்துவதே போதும். உன் பகவத் கீதையையும் நீ உருகி உருகிப் பாடிய பாமாலைகளையும் கேட்டுக் கேட்டு நான் உயிர்பெற, ஜனிக்கத் தயாராகிவிட்டேன்.உன் பிழைகளை மன்னித்துவிட்டேன்.'

'என்னை நோக்கி ஒரு கத்தி வருகிறது. ஆம் நான் வழக்கமான பாதையில் பயணப்பட்டு வருகிறவன் அல்ல. என்னை நோக்கி அழிக்கும் கத்தி வந்த பாதை அது. இது என்னை வெளியுலகுக்கு அழைக்க வந்த கத்தி. என்னை எந்தக் காரணத்தைக் கொண்டும் கொடுமையானவன் என்று கூறிவிடாதே... ஏனெனில் கத்தியைச் சுவைத்துப் பிறந்தவன் நான். உன்னை அடிக்கடி காயப்படுத்திக் கொண்டேதான் இருப்பேன்.'

'உன் வயிற்றைக் கீறுகிறார்கள். மயக்கத்தில் இருக்கிறாய் நீ. சுவைக்கிறேன் ரத்தம் படித்த முகத்தோடு உன் வாசத்தையும் பாசத்தையும் ஆக்சிஜனையும்.'

'உனக்கு மட்டுமல்ல. உன்னைப் போன்ற அறியாத தாய்களுக்கும் தகப்பன்களுக்கும் சொல்லிக் கொள்ள விரும்புகிறேன். "மாங்கலாய்டு, ஆட்டிசம், மெண்டல் டிஸ்ஸார்டர், ஸ்பாஸ்டிக், செரிப்ரல் பால்சியினால் பாதிக்கப்பட்டவர்களும், மாற்றுத் திறனாளிகளுக்கும், மூன்றாம் பாலினத்தவருக்கும் வாழ உரிமையில்லையா... எங்களை அழித்தொழிக்கவோ, அறுத்தெறியவோ உங்களுக்கு உரிமையில்லை.

விதைத்தது நீங்கள்தானே. அல்லது உங்கள் முன்னோரில் ஒருவரின் மரபணுத் தொடரின் மிச்சங்கள்தானே நாங்கள். விரும்பினால் பெற்றெடுங்கள். விரும்பாவிட்டால் பாழ்வெளியில் விதைக்காதீர்கள். தரிசாகக் கிடப்பது தவறல்ல. வயலிலேயே கருக அடிப்பதுதான் கொடுமை."

டாக்டர் நான் கத்தவில்லை என்று காலில் சுண்டுகிறார். ஓங்கிக் குரலெடுத்துக் கத்தத் துவங்குகிறேன்...

"விரும்பினால் பெற்றெடுங்கள்.

விரும்பாவிட்டால் பாழ்வெளியில்

விதைக்காதீர்கள்.

வளர்ந்தபின் வெட்டி எறிய நாங்கள்

எல்லை மீறிய கிளைகளல்ல,

நீங்கள் விதைத்த விதைகள்.

விருட்சமாகியே தீருவோம்."

- தினமலர் பெண்கள் மலர், 28.06.2013.

சொர்க்கத்தின் எல்லை நரகம்

காமாட்சி குட்டிக்குச் சந்தோஷமாயிருந்தது. அவளின் சரோசாச்சி ஆபீஸுக்குப் போயிட்டாக. 'அய்ய்ய்ய். இன்னைக்கு என்ன இந்தக் குளிக்குற சோப்பையும், சீப்புப் பெட்டியையும், பவுடர் டப்பாவையும் வெளிய வச்சுட்டுப் போயிட்டாக.'

அடுப்படிக்குப் போய்ச் சமயல் பண்ணின சாமான்களை எல்லாம் வெளக்க எடுத்து வச்சுப்பிட்டு, எல்லாச் சாமான்களையும் உள்ளே வெச்சுப் பூட்டிப்புட்டுத் தொவைக்குற துணி, வெளக்குற சாமான், மத்தியானம் குட்டிக்குத் திங்கக் கொளகொளத்துப்போன நேத்தை சோறும், சுண்டக்குழம்பும், மத்யானம் இட்டலிக்கு ஆட்ட அரிசியும், உளுந்தும் ஊற வைத்துவிட்டுப் போயிருந்தாள் சரோசாச்சி.

ஆச்சி வாசல் நடையைத் தாண்டித் தெருமுக்குக்குப் போறவரைக்கும் எட்டிப் பார்த்துக் கொண்டிருந்த காமாட்சிக்குட்டி வாசல் நடையிலிருந்த கட்டங்களில் ஒற்றைக்காலை மடக்கி நொண்டி விளையாட ஆரம்பித்தது. ஒரு ஆளாக எத்தனை நேரம் விளையாடுவது. துவைக்கப் போட்டிருந்த துணிகளில் விழுந்து புரண்டது. பத்து தடவை புரண்டதுக்கப்பறம் பார்த்தா ஏதோ மணத்துக் கிடந்தது.

துணி ஒண்ணொண்ணா எடுத்து உதறியதில் ஒரு சினிமா டிக்கெட்டு விழுந்தது. பொறுக்கி வைத்துக் கொண்டது குட்டி. ஒரு ஊக்கு விழுந்தது. அதை

எடுத்து ப்ளாஸ்டிக் வளைவியில் மாட்டிக் கொண்டது. 'படார்' என்று மூடி பிரிந்து விழுந்தது ஒரு சோப்பு டப்பா. !. அதைப் பார்த்ததும் குட்டிக்கு ஆசை வந்தது குளிக்க வேண்டும்போல்.

சரோசாச்சி, அவள் மகன்கள் பாலு, சங்கர், அவுக வீட்டண்ணன் (அவுக பேரு வேதாசலம்) எல்லோரும் போட்டுத் தேய்ந்துபோன சோப்பு ஒன்றைக் குட்டிக்குக் குளிக்கக் கொடுப்பாள். முழு சோப்பைப் பார்த்ததும் குட்டிக்குக் குஷி பிய்த்துக் கொண்டது. சட்டை, பாவாடையை கழட்டிப் போட்டுப்புட்டு மூணு மணிக்கு எழுந்து ட்ரம்மில் பிடிச்சு வச்சிருந்த (துவைக்க, விளக்க வேண்டும் என்று) தண்ணீரை மொண்டு ஊத்திக் கொண்டது.

சோப்புக் கட்டியை டப்பாவிலேர்ந்து எடுத்து ரெண்டு கையாலயும் பிடித்துக் கொண்டது. பெரிய்ய்ய...ய சோப்பு... பிடித்து வயிற்றில் தேய்த்தது. தலையில் பிடித்துத் தேய்த்துத் தண்ணீரை ஊற்றியது. அவுக வீட்டண்ணன் தேய்த்தால், 'புஸ், புஸ்' என்று வருமே, அதை நினைத்துக் கையில், 'சொய்ங், சொய்ங்' என்று தேய்த்துக் கொண்டிருக்கும்போது தலையிலேர்ந்து சோப்பு வழிந்து கண்ணில் புகுந்தது. குதி குதியென்று குதித்துப் போகணியை எடுத்து அண்டாவைத் துழாவி, டிரம்மைப் பிடித்துத் தண்ணி அத்தனையும் தலையிலும் மேலிலும் கொட்டிக் கொண்டது. கீழே இருந்த சோப்பு, தண்ணி படப் படக் கரைந்து கொண்டு இருந்தது.

வெய்யில் உச்சிக்கு வந்துவிட்டது. தண்ணி கொஞ்சம்போல டிரம்மில் இருந்தது. குட்டி துண்டை எடுத்துத் தலையில் துவட்டிக் கொண்டது. பாவாடை சட்டை போட்டுக் கொண்டதும் குதித்த குதியில் பசி வந்துவிட்டது. எரிந்த கண்ணைக் கசக்கிவிட்டுக் கொண்டது. அடுப்படியில் வந்து ஒண்ணொண்ணையாத் தொறந்து பார்த்தது. 'ஆச்சி இன்னைக்குக் கசாப்புப் பொறியலை டிப்பன் பாக்சில வச்சுக்க மறந்துட்டாக போலேருக்கே'.

ஒரு கணம் அதன் மணத்தை நுகர்ந்து பார்த்துச்சு. சபலம் தாங்காமல் ஒவ்வொன்றாய்த் தின்றுவிட்டுத் தண்ணி குடித்தது.' நாந்தானே இன்னைக்கு மசாலை அரச்சேன். எனக்கு ஒரு துண்டுகூடத் தரல்லை...!'.

அப்படியே வந்து படுத்துப் புரண்டதும் தூக்கம் வந்துவிட்டது. மூணு மணிக்கு முழிப்பு வந்துவிட்டது. வெய்யில் முதுகைச் சுட்டுக் கொண்டிருந்தது. எழுந்து அரிசியைக் களைகிறேன் பேர்வழி

என்று தண்ணீரை அரிசியில் ஊற்றில் களையாமல் இறுத்துக் கொண்டிருந்தது. ட்ரம் தண்ணி தீர்ந்துவிட்டது. களையும்போதே பாதி அரிசி வாய்க்கும் வயித்துக்கும் போய்விட்டது.

வெளியே வைத்திருந்த கண்ணாடியில் சூரிய ஒளி பட்டுப் பிரதிபலித்துக் கொண்டிருந்தது. குட்டிக்கு இது வேடிக்கையாயிருந்தது. அரிசியை வச்சுப்புட்டு, எழுந்து போய்க் கண்ணாடியில் முகம் பார்த்தது. பக்கத்தில் சீப்புப் பெட்டியில் ஆச்சி மூஞ்சியில் அப்பும் பசை இருந்தது. அப்பிப் பார்த்தா என்ன என்று தோன்றியது குட்டிக்கு. 'லேட்டெ காலமி' பாட்டிலைக் கையிலெடுத்துக் கவிழ்த்து முஞ்சியில், புருவத்தில், முடியில் அப்பிக் கொண்டது. ரோஸ் பவுடர் டப்பாவை எடுத்து மூஞ் சியில் பூசியது. திட்டுத் திட்டாக இரவு நேர வானின் வெள்ளை மேகமாய்ப் பவுடர் அப்பியது.

அடுத்து குட்டியின் கண்ணில் பட்டது கண்மை டப்பா. டப்பாவைத் திறந்து மையைக் கையில் வழித்தெடுத்துக் கன்னம் தாவாங்கட்டை, மூக்கு எல்லாம் தீற்றிய பின் கண்ணில் போட்டுக் கொண்டது.

'ஆகா... தலையைச் சீவுணுமே...மறந்து போச்சு.' எண்ணை அபிஷேகம் செய்து முடியை நுனி வரை பின்னியது. ஆச்சி தலையில் வைத்துக் கொள்ளும் சலங்கை வைத்த எலாஸ்டிக் கயிறு இருந்தது. அதை எடுத்து எலிவால் நுனியில் பின்னிவிட்டது.

கண்ணாடியை வைத்துக் கொண்டு இப்படியும் அப்படியும் அழகு பார்த்தது. நாக்கை நீட்டிப் பார்த்தது. கண் எரிந்தது, குளிக்கும்போது சோப்பு பட்டதால், கண்ணைக் கசக்கிவிட்டுக் கொண்டது. கண்ணைச் சுற்றிலும் கருவச்சம் போட்டதுபோல மை. கண்ணாடியை வைத்துக் கொண்டு டான்ஸ் ஆடியது. கண்ணாடி கீழே விழுந்து சில்லுச் சில்லாக உடைந்தது. குட்டி பயந்துபோய்விட்டது.

வாசக் கதவைத் தட்டுற சத்தம் கேட்டுச்சு. வெய்யில் தாழ்ந்துவிட்டது. குட்டி போய்க் கதவைத் தொறந்தா... சரோசாச்சி... பாலு... சங்கர்...? ஆச்சி பார்த்தா. ஒடைஞ்ச கண்ணாடித் துண்டு, துவைக்காத உருப்படிகள், விளக்காத சாமான்கள், அரிசியும், உளுந்தும் அப்பிடி அப்பிடியே. தண்ணி இல்லாத டிரம், முடி பிசிறு பிசிறாய் அப்பி இருக்கும் சோப்பு, தோண்டப்பட்ட பவுடர் டப்பா, மை அப்பிக் கிடக்கும் ஸ்பான்ச்,

வெத்துக் கசாப்புச் சட்டி, குட்டி சடை நுனியின் குஞ்சலம், குட்டியின் அலங்காரம்...

பாய்ந்தாள்... குட்டியின் தலையில் நறுக்கென்று நல்லா ஓழக்கு ரத்தம் வர்றாப்பல கொட்டினாள். குஞ்சலம் போய் மூலையில் விழுந்தது. தொடையைத் திருகி முதுகில் சாத்துப்படி வைத்தாள். மடேர், மடேரென்று, சும்மா ஒண்ணா, ரெண்டா, வரிசையா அடி. குட்டி ஸ்பிரிங்க் மாதிரி மூலையில் போய் விழுந்தது. பயத்துல பாவாடைல ஒண்ணுக்குப் போய்விட்டது. மூக்கில் சளி. பாவாடைய எடுத்துத் தொடைச்சுக்கிட்டுது. குட்டி கத்தலை. ஆர்ப்பாட்டம் பண்ணலை. ஒருநாள் சந்தோஷத்தை நெனைச்சுக்கிட்டுது. சோப்பும், மையும் பட்டுக் கண் எரிஞ்சது. குட்டி மனசுல கண்ணீர் வழிஞ்சுது.

- மேரிலாண்ட் எக்கோஸ், 1985.

அப்பத்தா

அவளுக்குக் கோபமாய் வந்தது. ரொம்பக் கோபம். நேத்துவரை சிட்டி வெளையாடுறதுக்காக அவள் வீட்டுக்கு வந்து ஓடிக் கொண்டிருந்த அந்த வள்ளிக் குட்டி இன்னைக்கு சன்னல் வழியாக இவள் கூப்பிட்டும் திரும்பிப் பார்க்காமல் சென்றது. 'சாயந்திரம் பள்ளிக்கூடம்விட்டுத் திரும்பி வரும்ல... அப்பப் பார்த்துக்கலாம்.'.

இவள் திரும்பி வந்து அப்பத்தாவின் தலை மாட்டில் நின்று எக்கிப் பார்த்தாள். ஆயா வீட்டிலிருந்து அப்போதான் அப்பத்தா வீட்டிற்கு வந்திருந்தாள். அப்பத்தாமேல் அவ்வளவு பிரியம் என்றோ வெறுப்பு என்றோ சொல்வதற்கில்லை. இருந்தாலும் அவளுக்கு அப்பத்தாவைப் பிடிக்கும்.

அந்த வெள்ளை வெளேரென்ற நிறமும், கண்டிப்பைப் பறைசாற்றிப் பயமுறுத்திக் கொண்டிருக்கும் விழிகளும், அந்த அஞ்சுகல் மூக்குத்தியும் – மூக்கும் ரொம்ப அழகா வெட்டிவச்ச மாதிரி இருக்கும். இவளுக்கு ரொம்பவும் பிடித்துப்போன சமாச்சாரங்கள். இதற்குமேலாய் அவள் யாருடனும் தன் அப்பத்தாள் வெட்டிப் பேச்சுப் பேசிப் பார்த்ததில்லை. வெட்டு ஒண்ணு, துண்டு ரெண்டுதான்.

அவளின் அப்பத்தாவைக் கட்டிலில் போட்டிருந்தார்கள். அப்பத்தா லேசாக அசைவது தெரிந்தது. அவள் இன்னும் எக்கி "அப்பத்தா, அப்பத்தா." எனக் கூப்பிட்டாள்.

தேனம்மை லெக்ஷ்மணன்

பக்கத்தில் மூணாவது வீட்டு ஆச்சி "இந்தக் குட்டிக்கு இருக்குற பாசத்தைப் பாரேன்," என்று ஏதேதோ சிலாகித்துப் பேசிக் கொண்டிருந்தது. அவளுக்கு ஒன்றுமே புரியவில்லை. ஏன் அப்பத்தாவை இப்படிப் படுத்திருக்கிறாகள் என்று. எப்போதும் மெட்டி ஒலிக்க நடைபோடும் அப்பத்தாவா இங்கன படுத்திருக்கிறது...?

சாப்பாட்டுப் பந்தில சமையக்காரனைக் கூப்பிட்டு இன்னொரு அல்வா கேட்டா கண்ணால எழுந்திரிக்க வைக்குற அப்பத்தாளா இப்பிடிக் கெடக்குறாக...? விருந்தாளிக வந்தா டிஃபன் எடுத்து வைக்கும்போது, அவுகளுக்கு எதுக்கால எனக்கும்னு கேட்டுத் தட்டுல வச்சிருக்கிறதுல ஒண்ணு எடுத்துத் தின்னுட்டா பார்வையாலே கையைப் பணிய வைக்குற அப்பத்தாவா...?

சமையக்காரண்ணன்கிட்ட கணக்குப் பண்ணி அளவாச் சாமான் எடுத்துக் குடுத்து சமைக்கச் சொல்லுற அப்பத்தாளா இது...? ஏன் இப்பிடிப் படுத்துருக்காக...என்ன ஆச்சு... ஹூம்...

யார்கிட்ட கேக்கலாம். ஆத்தா நடந்து வந்திக்கிட்டு இருந்தாக. பத்தி வளவுல. அவுககிட்ட கேக்கலாமா.? வேண்டாம் ஆத்தா யார் மேலேயோ கோபமா இருக்குறாக. இப்பக் கேட்டா கட்டாயம் பூசைதான். மௌனமாய்ச் சென்று ஆத்தாளின் முந்தானையைப் பிடித்துக் கொண்டு நின்றாள்.

ஏன் இப்படி எல்லாரும் உள்ளேயும் வெளியேயும் ஓடுறாக. ஐயா ஒரு டாக்டரைக் கூட்டியார்றாக. உடனே எல்லாரும் பரபரக்கிறாக. யாரோ வந்து ஐயா தம்பிக்குத் (அவள் அப்பாவை ஐயாவும் அப்பத்தாளும் தம்பின்னுதான் கூப்பிடுவாக.) தந்தி கொடுக்கச் சொல்றாக. "இந்தா பணம் கொடுத்துட்டு வா" என்று அனுப்புகிறார்கள். அவளுக்கு சந்தோஷம் அப்பா வரப் போகிறார்கள் என்று.

டாக்டர் வேகமாய் வெளியே சென்று காரில் ஏறிக் கொண்டார். காரை அறைந்து சாத்தும் சத்தமும் கார் கிளம்புவதும் அவளுக்குக் கேட்டது. அவளுக்குக் காரில் போக ரொம்பப் பிடிக்கும். திரும்பவும் ஓடிவந்து பட்டாலையில் அப்பத்தாவின் கட்டிலுக்கருகில் நின்று கொண்டாள்.

ஐயா பதற்றமாகக் 'கோதை கோதை" என்று அழைத்துக் கொண்டே வாயில் ஸ்பூன் ஸ்பூனாய்த் தண்ணீர் ஊற்றினார்கள். அப்பத்தாவின் கண்கள் திறப்பதும் செருகுவதுமாய் இருந்தது.

அவளுக்கு லேசாய்ப் பசித்தது. மூன்றாவது ஸ்பூன் வாயிலேயே தேங்கி நாலாவது ஸ்பூன் ஊற்றியதும் வழிய ஆரம்பித்தது.

ஐயா, "கோதை... கோதை..." என்று உரக்கப் பதற்றத்துடன் கத்திவிட்டுக் கண் கலங்கி அழ, இவளும் என்னமோ ஏதோவென்று பயந்து, ஐயா அழுவது எதற்கென்று புரியாமல், அவர்கள் அழுகிறார்கள் என்று இவளும் "அப்பத்தா, அப்பத்தா" என்று அழக் கூடியிருந்த கூட்டம் அதற்கெனவே காத்திருந்தாற்போல ஒப்பாரி வைக்க ஆரம்பித்தது. இவளுக்குப் பசி மரத்துவிட்டது...

அப்பத்தாவைத் தூக்கி வந்து பட்டாலையில் ஒரு மூலையில் கிடத்தினார்கள். ஐயா முகப்புக்குப் போய்விட்டார்கள். யாரோ முகப்பின் இரண்டு பெரிய கதவுகளையும் திறந்துவிட்டார்கள். உள் முகப்பிலும் வெளி முகப்பிலும் ஏகக் கூட்டம்.

யாரோ வந்தார்கள். யாரோ போனார்கள். எல்லாரும் ஏதோ முக்கிய வேலையிருப்பதுபோலத் திரிந்து கொண்டிருந்தார்கள். சமையக்காரர்கள் வீட்டின் பின்புறத்தில் மண்ணில் அடுப்பு வெட்டி, அண்டாக்களை ஏற்றிச் சமைக்க ஆரம்பித்துவிட்டார்கள். தண்ணி தவிப்பது மாதிரி இருந்தது. மெல்ல மெல்ல விசும்பிக் கொண்டிருந்தாள் இவள். அழுகை கொஞ்ச நேரத்துக்குப் பிறகு வரவில்லை. மூக்கை நோண்டிக் கொண்டு என்ன செய்வது என்று யோசித்துக் கொண்டிருந்தாள்.

அங்கு வந்த யாரோ சின்னப் பிள்ளைகளை ஓட்டிக் கொண்டு போய் பந்தியில் வரிசையாக உட்கார வைத்தார்கள். ஆல் வீட்டில் பந்தி வாழையிலையுடன் கனஜோராய் நடந்து கொண்டிருந்தது. இவளையும் உட்கார வைத்தார்கள். சீயம் போட்டிருந்தார்கள். இவள் இட்டிலியை விட்டுப்புட்டுச் சீயத்தைத் தின்றாள். பந்திக்காரனைக் கூப்பிட்டு இன்னொன்று கேட்க ஆசைதான். ஆனால் அப்பத்தா அந்தப் பக்கம் வந்து பார்த்துவிட்டால்...? பந்திக்காரன் பக்கத்து இலை ஆயாவுக்காகச் சீயத்தை வைக்க வந்தவன் இவள் திருதிருப்பது பார்த்துவிட்டு என்ன வேணுமா என்று கேட்டு ஒன்று போட்டுவிட்டுப்போனான்.

அப்பத்தா வந்தால் நான் கேட்கவில்லை அவன்தான் வைத்தான் என்று சொல்லிக் கொள்ளலாம் என்று ஒரு நம்பிக்கை மனதில்.

திடீரென்று "ஆத்தா" என்று ஒரு அலறல். அவசர அவசரமாகப் பந்தியைவிட்டு ஓடிவந்து ஆள்வீட்டுக்கும் பத்திக்குமுள்ள வாசலில் நின்று பார்த்தால் பெரிய ஐய்த்தை (சரசய்த்தை) "ஆத்தா" என்று கத்திக் கொண்டே ஓடிவருவது தெரிந்தது.

சீயத்தைக் கையில் வைத்துக் கொண்டே யோசித்தாள் ஐய்த்தை ஏன் இப்படி ஓடி வர்றாகன்னு... ஹையா ஜாலி பெரிய மாமாவும் இல்ல வந்திருக்குறாக. அப்பாவும் அப்புறம் வந்துருவாக.

கை கழுவிவிட்டு வந்தால் அப்பத்தா தலைப் பக்கத்தில் ஒரு விளக்கேற்றி வைத்திருந்தார்கள். அப்பத்தா என்ன இன்னும் தூங்குறாக. யாரோ அழுதுகொண்டே பாட்டுப் பாடினார்கள். (அது ஒப்பாரியாம். நாச்சா சொன்னாள்.) என்ன சொல்றாகன்னு புரியல. என்னமோ, ‘மீனு கொளம்பு வச்சா ஊரெல்லாம் வாசம் வரும்னு. ‘... ஆமா மீனு கொளம்பு வச்சா நாத்தமில்ல அடிக்கும், வாசமாமில்ல... ஊம்...

அப்பா வந்தாக. அவுகளும் ஆத்தான்னு கத்திக்கிட்டே வந்தாக. குலுங்கிக் குலுங்கி அழுதாக. ஆசையாக அப்பாவைப் பார்க்கக் காத்திருந்த அவளுக்கு அப்பாவின்மேல் கோபமாய் வந்தது. அப்பாகூட டூ. அப்பா கிட்ட டூ காமிக்காம டூவிட்டாச்சு. அப்புறம் எல்லாரும் அழுதுகிட்டே இருந்தாக.

சாயந்திரம் அப்பத்தாவை கீழ் வாசல்ல ஒரு கட்டில்ல தூக்கிட்டு வந்து குளிப்பாட்டினாக. அப்ப அப்பத்தா தலைக்குப் பின்னாடி வந்து நெத்தில எண்ணையையும், சீயக்காயையும் தொட்டு வெக்கச் சொன்னாக. அவ, சித்தப்பாக்கள், நாச்சா, வள்ளிக்கண்ணு எல்லாரும் வந்து தொட்டு வச்சாக. நாச்சா, “மாணிக்க மாமாவும் அண்ணாமலை மாமாவும் பாவம்... பாவம்” என்றாள். எதுக்குப் பாவம்... அவளுக்கு ஒண்ணும் புரியல.

அப்புறம் அந்தப் பக்கம் பச்சைக் கலர் மூங்கில்ல கட்டில் செஞ்சாக. அய் அழகா இருக்கு காவடி மாதிரி. ஒரு கட்டில் மாதிரி இருந்துச்சு. கட்டிலுக்கு மேலே கூரை வைச்சது மாதிரி. ஏணிப்படி மாதிரி இருந்தது. ஆனா, அவளுக்குக் கிட்டக்கப் போகப் பயமா இருந்துச்சு.

எல்லாரும் பெருங்குரலெடுத்து அழுக ஆரம்பிச்சாக. அப்பத்தாளைக் குளிப்பாட்டினார்கள். தட்டி வச்சுத் தடுத்திருந்தார்கள். பத்திக்குப் பக்கத்திலேயே இவர்கள் பகுதியில் நாலு பக்கமும் சாணி வைத்துக் கம்பு நட்டு மேலே பந்தல் கால் போட்டு அப்பத்தாளைக் கிடத்தி இருந்தார்கள்.

நெத்தியில் குங்குமம் பெரிசாக இருந்தது. மூக்குத்தி, தோடு எல்லாம் கழற்றிவிட்டார்கள். ஒரு சேலையைக் கட்டிவிட்டுக் கண்ணில் சந்தனமோ, மஞ்சளோ தெரியவில்லை அப்பி இருந்தார்கள். இப்படித்தான் அன்னைக்குக்கூட ஸ்கூலுக்கு மாஜிக்

செய்ய வந்திருந்த ஒரு ஆள் மைதா மாவைக் கண்ணிமையில் அப்பிக் கொண்டான். மூக்கில் பஞ்சைத் திணித்து வைத்திருந்தார்கள். காதிலும்... வாய் இறுக்க மூடிக் கிடந்தது.

வசந்தா ஐய்த்தையும் மீனா ஐய்த்தையும் ரொம்ப அழுதார்கள். கியாஸ் லைட் எல்லாம் வீட்டில் வைத்திருந்தார்கள். அவள் அதன் பளபளப்பில் மயங்கித் தொட்டுப் பார்க்கக் கை கொப்புளித்து எரிந்தது. அவளும் கத்தி அழுதாள். இப்பொழுது நிஜமாகவே கண்ணீர் வழிந்தது. கை எரிச்சல் தாங்கவில்லை.

முதலில் ஐயா தோளில் ஒரு சீலையைப் போட்டுப் பிடித்துக் கொண்டு அழுது கொண்டே சுற்றி வந்தார்கள். அடுத்து அப்பாவும் குழந்தையைத் தோளில் சுற்றிக் கொள்வதுபோல் ஒரு மடித்த சீலையைப் போட்டுப் பிடித்துக் கதறிக் கொண்டே பந்தக்காலைச் சுற்றி வந்தார்கள். எல்லாரும் பின்பற்றிச் சுற்றினார்கள். அப்பாவின் கால்கள் பின்னியது. யாரோ தள்ளிக் கொண்டே சுற்றினார்கள். ரெண்டு சித்தப்பாவும் அழுது கொண்டே சுற்றினார்கள்.

அவளும் சுற்றினாள். அப்போது அவளுக்கு அம்மை போட்டிருந்த போது வேப்பிலையை அரைத்துப் பச்சைத் தண்ணீரில் தலைக்குக் குளிப்பாட்டிய அப்பத்தா, ஏதோ ஒரு கோயிலுக்குச் சென்று முடி இறக்கிவிட்டு அந்தக் கோயில் ஊரணியில் தன்னை பயப்படாமல் பிடித்துப் படியில் உக்காரவைத்துப் பிடித்துக் கொண்டு தலையில் தண்ணீர் ஊற்றிக் குளிப்பாட்டிய அப்பத்தா, ஆள் வீட்டின் இருட்டில் அமர்ந்து செவ்வாய்க்கிழமை கொழுக்கட்டையைத் தன்னோடு பகிர்ந்து கொண்ட அப்பத்தா, (எல்லாரும்... அயித்தை மக்கள் பிஸ்கட்டு திங்கப் போகையில் இது மட்டும் செவ்வாக் கொழக்கட்டை போதும்... உப்பில்லாவிட்டாலும் நல்லா இருக்கும்னு அப்பத்தாவோட இருக்குது.) ஒரு நாள் அழகப்பா ப்ரிப்பரேட்டரி ஸ்கூலில் எல் கே ஜி படித்துக் கொண்டிருக்கும்போது சாயங்காலம் ஸ்கூல் பஸ்ஸில் திரும்பும்போது ஜெமினி ஸ்டாப்பில் (ஆயா வீட்டுக்கு அருகில்) இறங்காமல், அப்பத்தா வீட்டுக்கு அருகில் முத்தாளம்மன் கோயிலுக்கருகில் கடைசிப் பெண்ணாக ட்ரைவரும், கண்டக்டரும் இறக்கிவிட, அந்தியில் ஒற்றையாய் நடந்து வந்தபோது திகைத்துப்போன அப்பத்தா எல்லாரும் கண்முன்னே தோன்றினார்கள்.

ஆயாவுடன் பார்க்க வந்தபோது பிஸ்கெட் எடுத்துத் தந்த அப்பத்தா, தீபாவளிக்கு மன்னார்குடிக்கு ஐயாவுடன் வந்திருந்த அப்பத்தா, பட்டாலையில் கம்பீரமாக உட்கார்ந்து இருக்கும்

அப்பத்தா, ஐயாவுக்குப் பரிமாறும் அப்பத்தா என்று எத்தனை அப்பத்தாக்கள்.

திடீரென்று தம்பி அருணா ஒன்றும் புரியாமல் ஆத்தாவைக் காணாமல் இரைச்சலால் பாதிக்கப்பட்டு 'ஓ'வென்று கத்தவாரம்பித்தான். அப்பத்தாவை அந்தப் பச்சை மூங்கிலில் ஏற்றியாயிற்று. நாலுபேர் தோள் கொடுக்கப் பயணம் புறப்பட்டுவிட்டார்கள். அப்பா, ஐயா, அய்த்தைகளை யாராலும் அடக்க முடியாமல்போனது.

அய்த்தைகள் வாசல்வரை கதறிக் கொண்டே ஓடி வந்தார்கள். அவளும் தெருமுக்கு வரையில் ஓடி வந்தாள். அதற்குள் ஒரு ஐயா அவளைத் திரும்பி வீட்டிற்குப் போகும்படி அதட்டினார்கள். வீட்டிற்கு ஓடிவந்தால், எல்லாரும் வீட்டைக் கழுவிக் கொண்டும், குளத்தில் தலை முழுகிவிட்டும் வந்து கொண்டிருந்தார்கள்.

இரவு நேரத்தில் வீட்டில் எல்லா ட்யூப் லைட்டுக்களும் எரிந்தன. அவளையும் அழைத்துக் கொண்டு போய்த் தலையில் தண்ணியைக் கொட்டினார்கள்.

அலங்க மலங்க விழித்துவிட்டுப் பெரீய்ய அய்த்தை மீனி அய்த்தையிடம் வந்து உட்கார்ந்து கொண்டு இருந்தாள். சிறிது நேரத்தில் சாமியாடி தூங்கிவிட்டாள்.

மறுநாள் காலையில் வீட்டில் ஒவ்வொருவரும் ஓரொரு இடத்தில் உட்கார்ந்து பேசிக் கொண்டிருக்க இவள் பட்டாலையின் ஜன்னலில் அமர்ந்து பள்ளிக்கூடம் போகக் கிளம்பி வந்து கொண்டிருந்த வள்ளிக்குட்டியை ஜன்னல் வழியாகவே "ஏய்... இஞ்ச...வள்ளி... எங்க வீட்டுக்கு வெளையாட வர்றியா" என்று வினவ "அது செத்த வீடு... செத்துப்போன வீடு நா வரமாட்டேன்..." என்று கத்திக் கொண்டே ஓட, கோபத்தால் அவளுக்கு முகம் சிவந்தது.

பிடிவாதமாய் உதடு இகழ்ச்சியுடன் கீழே வளைந்தது. மூக்கு துடித்தது. கண்ணீர் கோர்த்துக் கொண்டது. தன்னிடம் சொல்லாமல் கொள்ளாமல் செத்துப் போய்விட்ட அப்பத்தாவிடம் முதல் முறையாக கோபம் வந்தது.

ரக்ஷா பந்தன்

சௌதாமினி யோசித்துக் கொண்டிருந்தாள். இன்றுடன் 18 நாட்கள் இருக்குமா. வியாழனோடு வியாழன் எட்டு அடுத்த வியாழன் பதினைந்து. வெள்ளி பதினாறு சனி பதினேழு, ஞாயிறு பதினெட்டு. இருக்குமென மனம் கணக்குப் போட்டது. இப்போதுதான் கௌசிக் அவளைக் கைபிடித்தது போலிருந்தது. அதற்குள் பதினெட்டு நாட்கள் ஓடிவிட்டனவா... அவளால் நம்பத்தான் முடியவில்லை. ஜப்பான் கடிகாரத்தில் ஐந்து முறை குயில் வந்து எட்டிப் பார்த்துக் கூவிவிட்டுப்போனது.

கல்யாணம் ஆன புதிது. கௌசிக் பண்ணும் அட்டகாசம், புது வீடு, புது நண்பர்கள், புதிய ஊர், தனிச் சூழ்நிலையில் மாட்டிக் கொண்டு ரொம்ப அவஸ்தைப்பட்டாள் சௌதாமினி. வந்த ஒரு வாரத்துக்கு தினம் தவறாமல் ஃபோன் பண்ணி அப்பாவுடன் பேசிவிட்டுத்தான் கௌசிக்கைக் கவனிப்பாள். இப்போது இரண்டு நாட்களுக்கு ஒரு முறை ஃபோன் பண்ணுவதாகக் குறைந்திருக்கிறது. மகள் என்னவோ அமெரிக்கா ஜப்பானில் இருப்பதுபோல் தினம் டெல்லியில் இருந்து வரும் ஃபோனுக்கு அவள் அப்பா மகாதேவன் காத்திருந்து காத்திருந்து வரிந்து கட்டிக்கொண்டு மகளுக்குச் சமமாக அரட்டையடிப்பதைக் காண பாகீரதி அம்மாளுக்குப் – சௌதாமினியின் தாய் – பற்றிக் கொண்டு வரும்.

மகாதேவன் கையிலிருக்கும் ஃபோனைப் பிடுங்கி "சௌமிக் குட்டி... இப்பிடி அடிக்கடி ஃபோன்

பண்ணீன்னா மாப்பிள்ளைக்குக் கோபம் வந்திடும். அவரைக் கவனித்து எல்லாம் பண்ணும்மா. அப்புறம் பேசிக்கலாம்." என்று கூறி டொக்கென வைப்பாள். அம்மாவை நினைத்துச் சிரித்துக் கொண்டாள் சௌதாமினி. மாமரத்திலிருந்து அணில் குட்டியொன்று ஜன்னல் வழியாகத் தாவி உள்ளே வந்து கழுத்தை ஒயிலாகத் திருப்பி இங்குமங்கும் விழித்துப் பார்த்துவிட்டு, இவள் கேக்குக்குப் போட எடுத்த முந்திரிப் பருப்பைச் சுத்தம் செய்யும்போது நல்லாயில்லை என்று போட்டு வைத்திருந்த சில துண்டு முந்திரிப்பருப்புகளில் இரண்டைக் கையிலெடுத்துச் சுவைத்துக் கொண்டிருந்தது.

இமைக்காமல் அதையே பார்த்து வியந்து கொண்டிருந்த சௌதாமினி வரவேற்பறையில் மாட்டியிருந்த ஜப்பான் கெடிகாரத்தில் குயில் ஐந்து முறை கூவியபோது திடுக்கிட்டுப் போய் ஐயையோ... அடுப்பில் வைத்திருந்த கேக் என்னாயிற்றோ என்ற பதற்றத்தில் உள்ளே ஓடினாள். அணில் மிரண்டு போய் ஓடிப்போய்விட்டது. கேக் ஓவனை இறக்கினாள். கொஞ்சம் கழித்துத் திறந்து பார்க்கையில் கேக்கின் அடிப்பாகம் அரக்கில் இருந்தது.

கௌசிக்குக் கேக் என்றால் ரொம்பப் பிரியம். கௌசிக்கின் நண்பன் ஹரீஷ் கௌசிக்கைப்போல ரொம்ப அமர்க்களமாகப் பேசவில்லை. நிறமும்கூட கௌசிக்கைவிடக் குறைத்துத்தான். ஓரிரண்டு வார்த்தைகளில் அமைதியாகப் பதில் சொன்னாலும் அர்த்தத்துடன் பேசினான். அவனுடைய அமைதி அவளுக்குப் பிடித்திருந்தது.

இரண்டு நாட்களுக்கு முன்பு அவன் தன்னுடைய டைரியை வைத்துவிட்டுச் சென்றுவிட்டான். எதேச்சையாக யாருடையது என்று பார்த்தால் அதில் 'We have no rights to expect anything from mankind for what we do.' by Vivekananda என்று எழுதி இருந்தது. அந்த வாசகம் அவளுள் படிந்து போய்விட்டது.

பால் குக்கரை காஸ் அடுப்பில் வைத்துவிட்டு முகம் கழுவ சோப் எடுத்துக் கொண்டு பாத்ரூமுக்குப் போனாள். தண்ணீர் வரவில்லை. வாசற்புறம் வந்து வாட்டர்மேனைக் கூப்பிட யத்தனிக்கையில் எதிர்வீட்டுப் பெண் ஆர்த்தி ஊரிலிருந்து அப்போதுதான் வந்திறங்கிய தன் அண்ணனை வாயிலிலேயே நிறுத்தி வைத்து ரக்ஷா பந்தனைக் கையில் கட்டி, வாயில் தூத்பேடாவைப் போட்டு சிரிப்புடன் 'பாயி... பாயி' என்று என்னவோ ஹிந்தியில் பேசிக்கொண்டே சென்றது கண்ணில்

பட இவள் மனசுக்குள்ளும் அந்த உற்சாகம் தொற்றிக் கொள்ள, துறுதுறுப்புடன் மனதில் திட்டமிட்டுக் கொண்டு வாட்டர்மேனைக் கூப்பிடவும் மறந்து உள்ளே ஓடவும், பால் குக்கர் விசிலடித்துக் கூப்பிடவும் சரியாயிருந்தது. பாத்ரூமில் திறந்து வைத்திருந்த குழாயின் வழியாகத் தண்ணீர் கொட்டிக் கொண்டிருந்தது.

பாலை இறக்கி காஸை ஆஃப் செய்துவிட்டு, முகம் கழுவி லேசான ஒப்பனையுடன், சின்னமாகப் பொட்டு வைத்துக் கொண்டு வார்ட்ரோபைத் திறந்து லைட் ப்ளூ கலர் உடலும் ஒற்றை வரிசையில் குட்டி குட்டி மயில்கள் தோகை விரித்திருக்கும் பார்டரும் கொண்ட பட்டு சாரியை எடுத்து உடுத்தி ப்ரில்ஸ் வைக்கையில் காலிங்பெல் சத்தமிட்டது. இவள் "கமிங்" என்று கூறிவிட்டுச் சாரியை அவசரமாகச் சுற்றிக்கொண்டு கதவைத் திறப்பதற்குள் காலிங் பெல் பொறுமையின்றி அலற வேகமாகப் போய்த் திறந்தால் கௌசிக். பின்னால் ஹரிஷ்.

இவள் அலங்காரத்தைப் பார்த்ததும் கௌசிக்கின் கண்கள் வியப்பால் விரிந்தன. அவர்களை வரவேற்று பரபரவென்று உள்ளே போய் ரக்ஷா பந்தனை எடுத்து வந்து ஹரீஷின் கையில் கட்டிவிட்டு உள்ளே சென்று கேக்கை எடுத்து வந்து அவன் வாயில் போடவும் ஹரீஷும் கௌசிக்கும் முதலில் என்ன செய்வதென்று தெரியாமல் மௌனித்துப் போயினர்.

மௌனக்கூட்டை முதலில் உடைத்தது. "பஹன்... ப்ரிய பஹன்..." என்று தழுதழுப்புடன் வந்த ஹரீஷின் குரல்தான். அவளிடம் தன் கையிலிருந்த மோதிரத்தைக் கழட்டிப் பரிசாகக் கொடுத்தான் ஹரீஷ். "எதுக்குண்ணா இதெல்லாம்" என்று மறுப்போடு வாங்கிக் கொண்டாள் சௌதாமினி.

மறுநாள் மாலை. மயங்கிய நிலையில் பிதற்றிக் கொண்டிருந்த கௌசிக்கை இரண்டு முரட்டு ஆசாமிகள் பொட்டலமாக மடித்துப் போட்டுவிட்டுப் போனார்கள். நடுரோட்டில் கிடந்தானாம். இவள் பதறிப்போனாள்.

டாக்ஸியில் தூக்கிப் போட்டுக் கொண்டு டாக்டர் வீட்டுக்கு ஓடினால் அவர் ஆற அமர வந்து செக்கப் செய்துவிட்டு "ஹெரோயின் சாப்பிட்டு இருக்கிறான் அது இவனைச் சாப்பிட்டுக்கிட்டு இருக்கது தெரியாம" என்றார். இவள் "ஹெராயின்னா என்ன?" என்று கேட்க. "போதைப் பொருள்" என்று கூறிவிட்டு பேடை எடுத்து மருந்துகளை வரிசையாக எழுதத் தொடங்கினார்.

இவள் பணம் கொடுத்துவிட்டுத் திரும்பி வருவதற்குள் விஷயத்தை அறிந்து கொண்ட ஹரீஷ் ஓடிவந்து மருந்துகளை வாங்கிக் கொண்டு வந்து கொடுத்துவிட்டு அவளுக்குத் துணையாக அன்றிரவு அங்கேயே தங்கி சிவராத்திரியாகப் பொழுதைக் கழித்துவிட்டு மறுநாள் காலை ஏழு மணிக்கு ஆபீசுக்கு ஓடிவிட்டுத் திரும்பவும் மாலை நேரம் பரக்கப் பரக்க ஓடிவந்து இப்போது கௌசிக்குக்கு எப்படி இருக்கிறதென்று விசாரித்தான்.கோடு போட்ட பைஜாமாவில் யார்ட்லி மணக்க மெத்தையில் உறங்கிக் கொண்டிருந்த கௌசிக்கைப் பார்த்துப் பொங்கி வரும் அழுகையை அடக்கியபடி ஹரீஷை பால்கனிப் பக்கம் வருமாறு சைகை செய்தாள் சௌதாமினி.

“பையா என் கணவர் இந்தப் பழக்கத்துக்கு அடிமையாகி இருப்பது எங்க அப்பா அம்மா கேள்விப்பட்டா வருத்தப்படுவாங்க. அவரை எப்பிடியாச்சும் இந்தப் பழக்கத்திலேருந்து மீட்கணும். அதுக்கு நீங்கதான் உதவணும்”. என்று தழுதழுப்போடு சொல்லி முடித்தாள்.

கேட்டுக் கொண்டு தலையசைத்த ஹரீஷின் கண்களிலும் கண்ணீர். சௌதாமினியின் அப்பா அம்மா வந்த போதும் இருவரும் ரோட் ஆக்ஸிடெண்டில் அவன் விழுந்துவிட்டதாகக் கூறிச் சமாளித்தனர். அலுவலகத்திலும் ஹரீஷ் இதேபோலப் பொய் கூறிச் சமாளித்தான்.

ஹெரோயினுக்காகப் பலமுறை கௌசிக் ஹரீஷிடம் சண்டையிட மெல்ல மெல்ல அவனுடைய கவனத்தைப் பல வழிகளிலும் திருப்பி அவனுக்குப் பிடித்த இசை கேட்டு, அவனுடன் வாலிபால் விளையாடி கொஞ்சம் கொஞ்சமாக மறக்க வைத்தான். அவ்வப்போது மருத்துவர் உதவியையும் நாடி கவுன்சிலுங்கும் செய்யப்பட்டது.

எல்லா சமயத்திலும் ஹரீஷ்தான் பேருதவியாக இருந்தான். கர்ப்பம் தரித்திருந்த சௌதாமினி பிரசவத்துக்கு ஊருக்குச் சென்றபோதும் ஹரீஷ் கௌசிக்குடனே வீட்டில் தங்கிப் பார்த்துக் கொண்டான்.

அடுத்த வருஷம் ரக்ஷா பந்தன் திருவிழாவுக்கு இன்னும் இரண்டு நாட்கள்தான் இருந்தன... இந்த முறை நிறைய இனிப்புக்களைச் செய்து வைத்துவிட்டுக் காத்திருந்தாள் சௌதாமினி. ரக்ஷா பந்தன் அன்று ஹரீஷின் கையில் ரக்ஷா பந்தனைக் கையில் கட்டிவிட்டு

இனிப்புக்களை அவன் வாயில் போடும்போது தன்னுடைய வாழ்வை இனிப்பாகத் திருப்பிக் கொடுத்த சகோதரனின்மேல் உண்மையான பாசம் மிகுந்து கண்ணீராய் வழிந்தது. குட்டி சௌதாமினி தொட்டிலில் அசைந்து 'இங்கா இங்கா' என்று அதை ஆமோதித்தாள்.

- தினமலர் வாரமலர், 02.03.2014.

பிள்ளைக் கறி

நவராத்திரி பத்து நாளும் கமலாம்பிகை கோயிலில் ஒவ்வொரு அலங்காரத்தில் அருள்பாலித்துக்கொண்டிருப்பாள். எட்டாம் நாள் மஹிஷாசுர மர்த்தினி அலங்காரத்தில் ஜொலித்துக் கொண்டிருந்தாள்.

அம்மனைப் பிரதிஷ்டை செய்து கோயிலைக் கட்டியிருந்த ராமராஜ உடையாருக்கு இரு மனைவியர் இருந்தும் பிள்ளைகள் இல்லை. நித்தமும் கடவுள் சேவைக்கே தன் சொத்து முழுவதையும் அர்ப்பணித்திருந்தார். கட்டிக் கொண்ட மனைவியும் சேர்த்துக்கொண்ட மனைவியும் ரொம்ப ஒற்றுமையாயிருந்து அவரது இறைத் தொண்டுக்குப் பக்கபலமாய் இருந்தார்கள்.

அவரது இரண்டாம் மனைவி ஏதோ ஒரு கோயிலில் நடனமாடியபோது பார்த்து மயங்கி தாரமாக்கிக் கொண்டார் என்ற பேச்சும் உண்டு. அள்ளி முடிந்த கூந்தலும் செக்கச் செவேலென்ற நிறமுமாய் பெரிய ஒரு ரூபாய் சைஸுக்குச் சிவந்த குங்குமத்தை வைத்துக் கொண்டு வெற்றிலை போட்ட வாயோடு வெளியே வந்தார் என்றால் அம்பிகையே நேரில் வந்தது போலிருக்கும். கையெடுத்துக் கும்பிடத் தோன்றும்.

வீட்டு வாசலிலேயே கோயிலைக் கட்டிவிட்டதால் அதன் முன்னேயே கொட்டகையைப் போட்டு மேடை அமைத்திருந்தார்கள். இந்த நவராத்திரி சமயங்களில் மட்டும் கோயிலைச் சுற்றிக் கூட்டமான கூட்டமாக இருக்கும். கோயில் உபன்யாசகர்

சீராளனைச் சமைத்து ஈசனுக்குப் படைத்த கதையைச் சொல்லிக் கொண்டிருந்தார். செங்கமலப் பாட்டிக்குக் கோபமாய் வந்து கொண்டிருந்தது. நல்ல வேளை முடிக்கும்போது கடவுள் சீராளனுக்கு உயிர் கொடுத்துவிட்டார். இல்லாவிட்டால் பாட்டியே ஈசனைப் பிடித்து உலுக்கி ஏன் இப்படிச் செய்தாய் எனக் கேட்டு இருப்பாள்.

கதை முடிந்து தீபம் காட்டும்போதுதான் பாட்டிக்குத் தன் பேத்தி கமலா ஞாபகம் வந்தது.' அடடா பிள்ளை பசியோடு இருக்குமே.' பக்கத்தில் விறகுக் கடை வைத்திருக்கும் அழகேசன் செங்கமலப் பாட்டி எங்கேனும் செல்ல நேர்ந்தால் பாட்டி வரும்வரை பார்த்துக் கொள்வார். ஒண்டிக்கட்டை அவர். தானே சமைத்துச் சாப்பிட்டுக் கொள்ளுவார். 'ஏதும் கொடுத்தாரோ என்னவோ. பிஸ்கட்டுகூடக் கொடுத்துட்டு வராமல் வந்துட்டமே' என்று பரபரப்பாக நடையை எட்டிப் போட்டாள்.

கமலா கணக்கில் கொஞ்சம் வீக்காக இருப்பதால் ட்யூஷன் வைத்திருந்தாள் பாட்டி. அது முடிந்து வர சில சமயம் லேட்டாகி விடும். கோயிலுக்கு, சில உறவுக்கார வீடுகளுக்கு என்று போகும்போது ஓரோரு சமயம்விட்டுவிட்டுப்போனதற்காக கமலா மூஞ்சியைத் தூக்கி வைத்துக் கொள்வாள். பேசக்கூடப் பிடிக்காதவள்போல உம்மென்று இருப்பாள். காலையில் பின்னிய இரட்டை சடை கலைந்து ஒரு ரிப்பன் உருவித் தொங்கிக் கொண்டிருக்க வீட்டுப் பாட நோட்டுக்கள் பைக்குள் கொசா முசாவென்று சொருகி இருக்கும்.

அவளைச் சமாதானப்படுத்தினாலும் சரிவராது என முடிந்தவரை சோற்றைப் பிசைந்து ஊட்டிவிட்டுப் படுக்க வைப்பாள். கோபத்தில் கொடுத்த சோற்றை முழுங்காமல் வாயிலேயே துப்புவதுபோல வைத்திருந்து அதட்டியவுடன் விழுங்குவாள். ரொம்ப அவள் சாப்பிடாமலும் ஒன்றும் சொல்லாமலும் படுத்தினால் பாட்டியின் ஆயுதம்... இதுதான்... "என் மக அப்பிடி சொன்னதைக் கேப்பா. அவ இப்பிடி உன்னை எங்கிட்டவிட்டுட்டுப் போயிட்டாளே... தங்கமான பொண்ணு... எனக்குக் கொடுத்து வைக்கலை... நீ போட்டுப் படுத்தி வைக்கிறே..." இந்த அஸ்திரத்தைப் பாட்டி புலம்பல்களோடு ஏவியதும் கமலா ஒன்றும் பேசாமல் சாப்பிட்டுவிட்டு மொட்டை மாடியில் தன்னை அணைத்தபடி படுத்திருக்கும் பாட்டியின் தொடையில் காலைப்போட்டுக் கொண்டு நிலாவையே முறைத்துப் பார்த்தபடி படுத்திருப்பாள்.

இன்றும் அப்படித்தான் முறைத்தபடி படுத்திருந்தவளைப் பார்க்க பாட்டிக்கு என்னவோ போலிருந்தது. 'ஒருக்கா அரைக்காகூட கோயில் குளம்னு போகாம எப்பிடி இருக்கது.' இவ தாத்தா வேற இல்லாம அம்மாவும் அப்பாவும் இல்லாம இவளைப் பார்த்துக்கிட்டுப் படிக்க வைக்கிறது செங்கமலப் பாட்டிக்குக் கஷ்டமாகத்தான் இருந்தது. விறகுக்கடை அழகேசன்போலச் சிலர் உதவி இல்லாவிட்டால் என்னதான் செய்வது.? பேத்தியை அணைத்தபடி தூங்கிப் போயிருந்தாள் செங்கமலம்.

பருவங்கள் மாறிக் கொண்டிருந்தன. வெய்யிலில் மல்லிக் கொடி மணக்க மணக்கப் பூத்திருந்தது. அது ஒரு சித்திரைக் கடைசி. பொங்கப் பொங்கக் காய்ந்த வெய்யிலில் மல்லியைப்போல மணக்க மணக்கப் பூத்து புஷ்பவதியாயிருந்தாள் கமலா. பதின்பருவத்தின் ஆரம்பத்திலேயே சீமாட்டி சில்க்ஸ் கடையில் இருக்கும் சீமாட்டி சிலைபோல இருந்தாள்.பாட்டிக்குக் கொள்ளவில்லை. மண்டபம் பிடித்துப் பெரிசாகச் செய்ய ஆசை. கோபித்துக் கொண்டாள் கமலா "இதென்ன ஷோகேஸ் பொம்மை மாதிரி அலங்காரம் பண்ணிக்கிட்டு என்னால் பலபேர் முன்னாடி நிக்க முடியாது". பெரிய பெண்ணாக ஆனதும் நிஜமான பெரிய மனுஷிபோலவே நடந்து கொண்டாள். 'இதுதான் படிப்பேன்' என்று கம்ப்யூட்டர் சயின்ஸ் எடுத்துப் படித்தாள்.

விறகுக்கடை அழகேசன் பாதுகாப்பு அவளுக்கு வேண்டியிருக்க வில்லை. பாட்டி எங்கேனும் சென்றால் வீட்டை இறுக்கத் தாளிட்டு உள்பக்கமாகப் பூட்டியும் வைத்துக் கொள்வாள். பாட்டி இரண்டு மூன்று முறை காலிங்பெல் அடித்ததும் கண் திறப்பில் பார்த்துவிட்டுத்தான் திறப்பாள். அவளுக்குத் தூரத்துச் சொந்தக்காரனான செல்வம்கூட வந்து அவள் கதவு திறப்பதில்லையென்று துயரப்பட்டுக் கொண்டான். கமலாவைவிடப் பதிமூணு வயது மூத்தவன். அவன் வீட்டில் பெண் பார்த்துக்கொண்டிருந்தார்கள். சின்னப் பிள்ளையில் இருந்து இங்கேயே ஆடி ஓடிப் பழகியவன். ஏதும் வேணும்னாலும் வாங்கியாந்து கொடுப்பான். கமலாவுக்கு தூரத்துச் சொந்தத்தில் மாமா பையன் முறை ஆகணும் என்றாலும் அண்ணா என்றுதான் அழைப்பாள்.

ஒவ்வொரு வருடமும் பங்காளிகள் கூடி ஆக்கி உண்ணும் குலதெய்வம் படையலுக்கு இந்த வருஷம் சீட்டு செல்வத்திற்கு விழுந்திருந்தது. அவனுக்குக் கல்யாணமாகி பன்னெண்டு வயசில்

ஒரு பையனும் பத்து வயசில் ஒரு பொண்ணும் இருந்தார்கள். நாப்பத்திமூணு வயதில் லேசாக நரை விழுந்து இளங்கிழவனாக உருமாறி இருந்தான் செல்வம்.

விறகுக்கடை அழகேசனுக்கும் நாப்பது வயதுக்குமேல் திருமணமாகி இரண்டு முறை குழந்தை தரித்தும் அபார்ஷனாகி மனைவியும் அவருமாக வீடு கட்டிக் கொண்டு அருகேயே குடி இருக்கிறார்கள். விறகுக் கடைக்கு பதிலாக காஸ் ஏஜென்ஸி எடுத்து நடத்திக் கொண்டிருக்கிறார். கிட்டத்தட்ட அறுபதை நெருங்கிக்கொண்டு வழுக்கைத் தலையும் கண்ணாடியுமாகக் கடையில் ஓய்ந்து அமர்ந்துவிட்டார்.

கமலாவும் ராஜகோபாலனோடு கல்யாணமாகி டெல்லிக்குப் போய்விட்டாள். இரண்டு மூன்று வருடத்துக்கு ஒரு முறை லீவில் வருவதோடு சரி. அவளுக்கும் ஏழு வயதில் ஒரு பெண் குழந்தை இருந்தது. ஜ்யோத்ஸ்னா என்று வாயில் நுழையாத ஒரு பேர் வைத்திருந்தாள். போக வர நெடுந்தொலைவு என்பதால் பிள்ளைப்பேறுக்கு செங்கமலத்தால் போக இயலவில்லை. சேரன்குடியில் மருத்துவர் ஆடிக்கொருதரம் அம்மாசிக்கு ஒருதரம் வருவதால் இங்கே பிரசவத்துக்கு வர கமலாவுக்கு விருப்பமில்லை.

இப்போது அவள் கம்லா ராஜ்கோபால் என்று ஏகத்துக்கும் புள்ளிகள் வைத்த பேரை கேஜெட்டில் மாற்றிக் கொண்டிருந்தாள். சட்டையும் கால்சராயுமாக மாறி இருந்தது உடை. முடியைக்கூடக் குட்டையாக வெட்டிக் கொண்டிருந்தாள். அவள் மகளும் அவளும் போன லீவுக்கு வந்தார்கள். ஏதோ ஒரு சாம்ராஜ்யத்தின் ராணியும் இளவரசியும் வந்ததுபோல இருந்தது.

அடுத்த வருடமே செல்வத்திற்கு படையல் சீட்டு விழுந்ததால் பேத்தியையும் பேத்தி மகளையும் பார்க்கும் ஆவலில் வரச்சொல்லிக் கேட்டுக் கடிதமெழுதியபடி இருந்தாள் செங்கமலப்பாட்டி.

ராமராஜ உடையாரும் அவர் மனைவிகளும் இல்லாமல் இப்போதெல்லாம் அவர் பங்காளிகளே சொத்தைப் பராமரித்துக் கொண்டிருப்பதால் ஸ்க்ரீன் கட்டி சினிமாதான் போடுகிறார்கள். மயிலாட்டம், ஒயிலாட்டம் எல்லாம் கிடையாது. ஓரோரு வருஷம் மட்டும் கரகக்காரர்களைக் கூப்பிட்டு நிகழ்ச்சிகள் நடத்தினார்கள். பௌராணிகர்களும், உபன்யாசகர்களும் அருகிப் போயிருந்தார்கள் அல்லது அவர்கள் சொல்வதைக் கேட்க மக்களுக்கு நேரமில்லை. முதலில் சம்பூர்ண ராமாயணம், தெய்வம், திருமகன், புரந்தரதாசர், ராகவேந்திரா என சாமி, புராணப் படங்களாகப் போட்டார்கள்.

பின் தேய்ந்த வருடங்களில் டப்பாங்குத்து டான்ஸ்களோடு புதுப் புது சினிமாக்கள் கோயில் வாசலில் கலர் கலராய் ஆடிக் கொண்டிருந்தன திரையில். கமலாம்பிகையும் மக்கள் விருப்பமே தன் விருப்பம் என சினிமாவுக்கு ஒத்துக் கொண்டதுபோல மௌனமாகப் புன்னகைத்தபடிதான் இருந்தாள்.

அவளுக்கென விருப்பம் இருக்கிறதா என்ன? முன்னெல்லாம் பிரசாதத்தைப் படைத்து வருபவர்கள் கை நிறைய நெய்யோடு சர்க்கரைப் பொங்கலோ, கேசரியோ, புளியோதரையோ கொடுப்பார்கள். சூடும் சுவையுமாய்த் தின்று கழுவியபின்னும் கை மணத்துக் கொண்டிருக்கும். இப்போது அவள் பேர் சொல்லிக் காண்பித்துவிட்டுச் சுவையற்றுக் கிடக்கும் அதைப் பாக்கெட்டில் போட்டு விலைக்கு விற்றுக் கொண்டிருக்கிறார்கள்.

காலையிலிருந்து தலை வலித்துக் கொண்டிருந்தது செங்கமலம் பாட்டிக்கு. டாக்டரிடம் காண்பிக்க செல்வத்தை வரச்சொல்லி இருந்தாள். அவன் டிவிஎஸ் எக்ஸெலில் கூட்டிச் சென்று டாக்டரிடம் காண்பித்து மருந்து வாங்கிக் கூட்டி வருவான். அவ்வப்போது அவனுக்கு பட்ஜெட்டில் துண்டு விழும்போதெல்லாம் பாட்டியிடம் கைமாத்து வாங்கிக் கொள்வான். சரியாகத் திருப்பித் தந்ததாகச் சரித்திரமே இல்லை. பாட்டிக்குச் செய்யும் செலவை மட்டும் சரியாகக் கணக்கெழுதி வாங்கிக் கொள்வான், பெட்ரோல் முதற் கொண்டு. பாட்டியும் தனக்குச் செய்ய யாரிருக்கிறார்கள் என ரொம்பக் கணக்குப் பார்க்காமல் கேட்ட தொகையைக் கொடுத்து விடுவாள். புருஷன் போட்டு வைத்த பணம் போக பேத்தியும் பணத்தை அனுப்பிக் கொண்டிருக்கிறாள்.

பேத்தியை நினைத்ததும் பெருமையில் பூரித்தது மனது அவளுக்கு. படையலுக்காக சாம்பார் பொடி அரைக்க வெய்யிலில் மிளகாய் மல்லி காயவைத்தபடி உட்கார்ந்திருந்ததால் அவளிடமிருந்து காலையில் வந்த கடிதத்தைப் படிக்கவில்லை பாட்டி.

செல்வம் வருவதற்குள் படித்துவிடலாம் எனக் கண்ணாடியைப் போட்டுக் கொண்டு முற்றத்தின் பக்கம் சென்று தூணைப்பிடித்தபடி கீழ் வாசலில் காலைத் தொங்கவிட்டு அமர்ந்து கடிதத்தைப் பிடித்தாள் பாட்டி.

"பாட்டி, உனக்கு நான் குலதெய்வம் படையலுக்கு வரணும்னு ஆசை.. ராஜ் ஒரு மாசம் அமெரிக்காவுக்குப் போறார். அங்கே ஒரு ப்ராஜெக்ட். ஜ்யோத்ஸ்னாவுக்கும் ஸ்கூல் கட் பண்ண முடியாது.

இண்டர்நேஷனல் சிலபஸ் உள்ள அருமையான ஸ்கூல். நான் மட்டும்கூட எப்பிடியாவது வந்திட்டு வரலாம். ஆனா பாட்டி நான் அவளைவிட்டுட்டு வர விரும்பலை.

என் படிப்புக்கும் மார்க்குக்கும் வெளிநாடுகளில் டாலர் கணக்கில் நிறைய சம்பளம் தர்றதா சொன்னாங்க. ஆனா அப்போ எனக்கு ஜ்யோத்ஸ்னா உண்டாகி இருந்த நேரம். இருந்த வேலையையும் விட்டுட்டு அவள் பிறந்து ப்ளே ஸ்கூல் போக ஆரம்பிச்சதும் கம்பெனிக்காரங்க ரொம்பக் கேட்டுக்கிட்டதால வீட்டிலிருந்தபடியே வேலை செய்துகிட்டு வர்றேன்.

உனக்கு ஞாபகம் இருக்கலாம் நீ கோயிலுக்கோ வெளியிலயோ போயிட்டு வரும்போதெல்லாம் நான் மூஞ்சியைத் தூக்கி வைச்சுக்கிட்டு உன்கிட்ட சரியாப் பேசவே மாட்டேன். நீ பக்கத்துல இருக்க அழகேசன் கடையிலவிட்டுட்டுப் போவே. அவர் மடியில உக்கார வைச்சுக்கிறேன்னு சொல்லி எல்லா இடத்திலும் தொடுவார். நான் கோபமா கையைத் தட்டினா கண்ட இடத்தில் நல்லா கிள்ளி வைப்பார். தேள் கொட்டுனா மாதிரி எரியும்.

ஒரு நாள் நான் கோவமா வீட்டுக்கு ஓடி வந்துட்டேன். அப்போவெல்லாம் செல்வம் அண்ணே வீட்டுக்கு வந்து துணை இருக்கும். ஒருநாள் அதுவும் நானும் ஆளுக்கொரு லைப்ரரி புக் படிச்சிட்டு இருந்தோம். திடீர்னு பக்கத்துல வந்து கட்டிப் பிடிச்சு முத்தம் கொடுக்குறேன்னு கன்னத்துல கடிச்சு வச்சிருச்சு. கோபத்தோட பிடிச்சுத் தள்ளுனா நகர விடாம அடுப்பாங்கரைப் பரண்கிட்ட சுவத்தோரமா சாய்ச்சு உடம்புமேல உடம்பை வைச்சு அழுத்துச்சு. பெரிய சைஸ் மரவட்டை உடம்புல ஊர்றமாதிரி இருந்துச்சு. திருவிழாவுக்கு நீ காய் அரிய வைச்சிருக்கிற இரும்பு அருவாமணை அதுல தலைகீழா சொருகி இருந்துச்சு. வெடுக்குன்னு உருவி “விட்டுடு செல்வண்ணே”ன்னு சொல்லித் தள்ளிவுட்டேன். லேசா அதுங்கையில கீறி ரத்தம் வர ஆரம்பிச்சுருச்சு. கீழே விழுந்த அது பயந்து ஏந்திருச்சு வீட்டுக்குப் போயிருச்சு. அதுக்கப்புறம் நீ வெளிய போனா நான் கதவைத் தாப்பா போட்டுக்கிட்டுத் தனியா இருக்கக் கத்துக்கிட்டேன்.

நீ ஒரு நாள் சீராளனைப் பிள்ளைக் கறியாக சமைச்ச கதையைச் சொன்னே. சோதிக்கிறதுக்காகப் பிள்ளைக்கறி கேட்ட கடவுளே வந்து அவனை உயிர்ப்பிச்சாருன்னு. இப்ப மனுசங்க நெசமாவே பிள்ளைக்கறி தின்ன ஆரம்பிச்சுட்டாங்க. அவங்ககிட்டேயிருந்து தப்பி நாமதான் நம்மளை உயிர்ப்பிச்சுக்கணும். கடவுள் என்பதே

நம்மோட தன்னம்பிக்கைதான். தன்னம்பிக்கை உயிர்பெற்று எழும்போதெல்லாம் நாம எதையும் சாதிக்கும் துணிச்சலை அடையிறோம்.

ஜ்யோத்ஸ்னாவுக்கு ஏழு வயசுதான் ஆவுது. இங்கேயும் குடும்ப நண்பர்கள் நிறையப்பேர் இருக்காங்க. எல்லாரும் நல்லவங்கதான். ஆனா சந்தர்ப்பம் எப்பிடி இருக்கும்னு சொல்ல முடியாது. அவளுக்கு இன்னும் கொஞ்சம் விவரம் தெரிஞ்ச பின்னாடி நான் அவளைத் தனியாவிட்டுட்டு வருவேன். தனியா இருக்கக் கத்துக்கிட்டா அல்லது தனியாவே வரக் கத்துக்கிட்டா அவளே உன்னைப் பார்க்க இவ்ளோ தூரத்திலேருந்து தனியா வருவா. கமலாம்பிகை கிட்டயும் குலதெய்வத்துக்கிட்டயும் எங்களுக்காகவும் சேர்த்து சாமி கும்பிட்டுக்க. மஹிஷாசுரமர்த்தினி துர்க்கை ரூபத்துலயும் உன் அன்பு வடிவத்துலயும் எனக்கு என்னிக்கும் துணை இருக்கா பாட்டி, அன்பு முத்தங்களுடன் கம்லா ராஜ்கோபால்."

கடிதத்தைப் பாட்டி படித்து முடிக்கவும் வாசலில் நிழலாடியது. டாக்டர் வீட்டுக்கு அழைத்துப் போக செல்வம் வந்திருந்தான்.

- பெண்கள் ராஜ்ஜியம், அக்டோபர், 2015.

எருமுட்டை

தணலில் ஒளிர்ந்து கொண்டிருந்தன எரு முட்டைகள். மெல்ல மெல்ல கங்குகளைப் போலாகி ஒளிரும் நெருப்பின் முன் சாம்பல் நிற இருளில் அமர்ந்து பார்த்துக் கொண்டிருந்தான் குமரன். கண்ணீர்க் கோடுகள் தீயாய் நீண்டு மண்ணில் சொட்டுச் சொட்டாக விழுந்து லேசாக மண் வாசத்தைக் கிளப்பிக் கொண்டிருந்தன.

சாம்பலாகிக் கொண்டிருந்தன எரு முட்டைகள். சாம்பல்... பிடி சாம்பலாகும் தேகத்துக்குள்ளேதான் எவ்வளவு அழுக்கு, காமம், ஆசை. மும்மலம் சுமந்த உடல். தன்னிரக்கம் பொங்கிக் கண்களை விரித்துக் கொண்டிருந்தது. துடைக்கப் பிடிக்காமல் நெருப்பை உற்று நோக்கிக் கொண்டிருந்தான். அரசங்குச்சிகளின் வழியே நெருப்பின் கரங்கள் ஆவலாய் மேலெழும்பி எரு முட்டைகளைச் சுவைத்துக் கொண்டிருந்தது. அதன் நீள் கரங்கள் இன்னும் இன்னும் என்று மேலெழும்பிக் கொண்டிருந்தன.

காமமும் காதலும் பெருகக் கேவல் உள்ளேயே எழுந்தடங்கிற்று. அழுதழுது ஆற்றுப்போனதுபோல் குரல் அடைத்தது. கோடைகாலத்தின் வெக்கையோடு மனசின் வெக்கையும் சேர்ந்து கொப்பளித்துக் கொண்டிருந்தது. ரோகிணி குளித்துக் கொண்டிருந்தாள்.

ஆம். அப்படித்தான் அவள் சொன்னாள். படுக்கையறைக் கதவு சாத்தியிருந்தது. வெளியே போய்விட்டு வந்து சரியாகக் கொக்கியிடாத வீட்டுக் கதவைத் திறந்து தாழிட்டிருந்த படுக்கையறைக்

கதவைத் தட்டியபோது, "குளிச்சிட்டு இருக்கேன். இதோ வந்திடுறேன்" என்றுதான் குரல் எழுப்பினாள்.

விபூதிப் பாக்கெட்டுக்களைப் போட்டுவிட்டு வழக்கமான எட்டு மணிக்குத்தான் வீடு திரும்புவது வழக்கம். இன்று சீக்கிரமே முடிந்துவிட்டதால் வீட்டுக்கு வந்துவிட்டான். ஹாலில் சுத்திக் கொண்டிருந்த மின்விசிறியை அணைத்துவிட்டுப் புழக்கடைக்குப் போகும்போது மல்லிகை வாசம்கூடத்துக் காற்றில் சுத்திக் கொண்டிருந்தது. வழக்கமாக வரும் பூக்காரி வழியில் சந்தித்தபோது 'விலை அதிகம் இருப்பதால் மல்லிகையே வாங்கவில்லை' என்றாளே.

கொசுத்தொல்லை அதிகம் இருப்பதால் பின் வாசல் வழியாகப் புழக்கடை பக்கத்து ஜன்னலைச் சாத்தச் சென்றான். அந்தப் படுக்கை அறையிலிருந்து குளியலறைக்கும் அதிலிருந்து புழக்கடைக்கும் வரலாம். தங்கை பெரியவளானதும் குளியலறையும் கழிவறையும் வேண்டும் என்று அப்பா கட்டியது. அந்தக் கதவு வழியே வீட்டுக்குள் வராமல் பள்ளிக்குச் சென்று வரலாம். அவளுக்குத் திருமணம் ஆகி அம்மாவும் அப்பாவும் இறந்தபின் அந்தப் படுக்கை அறை அவர்களுடையது ஆனது... சொல்லப் போனால் ரோகிணியின் வசமானது.

புழக்கடையில் சுவற்றில் சாத்திய ஒரு சைக்கிளும் ஒரு ஜோடி செருப்புகளும் சிதறிக் கிடந்தன. திக்கென்றிருந்தது. 'இது மதியழகனோடதாச்சே... இங்கே ஏன்...' படுக்கையறைப்பக்கமிருந்து கண்ணாடி வளையல்கள் சத்தத்தோடு லேசான சிரிப்பொலியும் சிணுங்கலும் அவன் வீட்டிலிருந்து ஜன்னல் வழி கசிந்து கொண்டிருந்தது. நெஞ்சக் குலை அறுந்தது போலிருந்தது குமரனுக்கு. கண்ணை இருட்டியது. அங்கங்கே கிடந்த நாய்களின் மலத்தை மிதித்துவிடாமல் தடதடவென்று தோட்டத்துக்கு வந்து சேர்ந்தான்.

அருவருப்பு நிறைந்து காறித் துப்ப வேண்டும் போலிருந்தது. திருமணம் ஆகி எட்டு வருடம் ஆகிவிட்டது. "இன்னும் புழு பூச்சி வைக்கலியா" என அக்கம் பக்கத்தவர் கேட்டுக்கொண்டுதான் இருந்தார்கள். இருவரிடையே நெருக்கத்துக்கும் அன்புக்கும் குறைவில்லை. எந்தக் குறையுமில்லாத தாம்பத்யம்தான், இருந்தும் ரோகிணி கருத்தரிக்கவில்லை.

'எதனால் இப்பிடிச் செய்தாள் அவள்'. மதியழகன் சிரிக்கச் சிரிக்கப் பேசுவான். செகப்புத் தோல்காரன். தலை நிறைய முடி. 'உண்ட வீட்டுக்கு ரெண்டகம் நெனைக்கிற பய' சேக்காளியா

இருக்கவன் பண்ற காவாலித்தனத்தை நினைக்க நினைக்க ஆத்திரம் தலைக்கேறியது.

கன்று ஈனாத பசுஞ்சாண உருண்டைகளோடு அருகம்புல் போட்டுப் பிசைந்து காய வைச்ச எரு உருண்டைகள் கொல்லைத் திண்ணையில். வேட்டி பட்டு சலசலவென சத்தமிட்டன. கொட்டடியில் கட்டி வைத்திருந்த அரசங்குச்சிக் கட்டை எடுத்துக்கிட்டுப் போயிப் பொடம் போட உட்கார்ந்தான்.

மனசுல இருக்க அவசம்போல பத்தவெச்சதும் வெய்யில்ல சுக்காக் கெடந்த அரசங்குச்சி பத்திக்கிட்டு எரிஞ்சுது. பொடம் போட வழக்கமா அழகா அடுக்கித்தான் பத்த வப்பான். இன்னிக்கு என்னவோ அள்ளி அள்ளி ஓமத்துல போடுறவன்போல போட்டுட்டுப் பார்த்துக்கிட்டு இருந்தான். ஆத்தாமைய அடக்க முடியல.

புழக்கடைப் பக்கம் குளியலறைக் கதவோட லேசான கீச்சும், சரசரப்பும் பாம்புச் செவியா இருந்த குமரனுக்குக் கேக்காம இல்லை. அதுக்கும் பொறவு குளிச்சிட்டு வந்து ரோகிணி "சாப்பிடவா"ன்னு கூப்பிட்டுப் போனா. நெஞ்சு நெறையக் கசந்து கிடந்த இவனுக்கு சாப்பிடப் பிடிக்கல. "வேணாம்" என்றான்.

"இந்நேரத்துல என்ன எரிச்சிக்கிட்டு இருக்க. வெளிய சாப்பிட்டியா" என்றபடி மல்லியைத் தண்ணீரில் நனைத்துத் தலையில வச்சிக்கிட்டு உள்ளே போனாள். எரிந்து சாம்பலான எரு உருண்டைகளைப் பத்துக் குறடால் லாவகமாகத் தள்ளியபடி கண்ணீரைக் கண்ணுக்குள்ளேயே விழுங்கிக் கொண்டு எழுந்தான். சோறும் குழம்பும் போட்டுச் சாப்பிட்டுக் கொண்டிருந்தவளை கடந்து போய் வெளித் திண்ணையில் கோபமாகப் படுத்துக் கொண்டான். ஊமைக் கோவம். கங்குகூட இல்லாமல் சாம்பலாய்ப்போன கோவம்.

'இந்தப் பயித்திக் காரி மேல பித்தா இருக்கமே... இவளை முடியப் பிடிச்சு இழுத்து அடிச்சுக் கேக்க முடியலையே'ன்னு தன் மேலேயே ஏலாமை... 'என்னத்த இந்தக் கழுதையப் போயித் தொட்டுக்கிட்டு.' 'தலைக்குக் குளிச்சுக் காயவைச்சு மல்லிப் பூ வச்சு வாசமா ராத்திரில மோகினிப் பிசாசு மாதிரி எம்புட்டு அழகா இருப்பா இவ.' எத்தனை ராத்திரி இந்த மல்லிப் பூவோட மல்லிப்பூவா குழைஞ்சு கொழந்தையாப் படுத்துக் கெடந்திருக்கான்.

வேர்வையும் புழுக்கமும் மல்லியை இன்னும் விசிறியடிக்க அத அவ சடையிலேருந்து பிடுங்கி வீசணும்போல இருந்துது

அவனுக்கு. தேய்ஞ்சுபோன நெலா லேசா எங்கேயோ கெடக்க அதப் பார்த்து மொறைச்சபடியே ஒரு நாய் ஊளையிட்டது. மயிர்க்காலெல்லாம் சிலிர்க்க அசையாம கிடந்தவன் கொசுக்கடி கூடவே நொறுங்கிய மனசோடு தூங்கிப் போனான்.

அதாச்சு பல மாசம். மதியழகன் வர்றதும் அரசல் புரசலா அக்கம் பக்கம் பேசுறதும் அவனுக்கு ஈயத்தைக் காய்ச்சி ஊத்துன மாதிரித்தான் இருந்துச்சு. குருநாதன் மட்டும் இல்லைன்னா குமரன் தூக்குல தொங்கி இருப்பான். சேக்காளின்னா எல்லாருமா கெட்ட பயலுகளா இருக்கானுங்க.

அவன்தான் சொல்லுவான். “டேய் குமரா இந்தால விபூதி கலரு இல்லாம இருக்கு. நீயும் பொடம் போட்டு துணில சலிச்சு அத்தர், சந்தனம், சவ்வாதுன்னு என்னன்னவோ செண்ட் கலந்துதான் கொடுக்குறே... இன்னும் சேர்மானம் சேத்து மாட்டு எலும்பைக் கொஞ்சம் போட்டு சுட்டுட்டு கலந்தியானா வெள்ளை வெளேருன்னு இருக்கும்ல. உன் விபூதிக்கும் கிராக்கியா இருக்கும்ல. இப்பிடி அலையாம பெரிய கடைக்காரனே ஒன்னப் பிடிச்சுக்குவான்.”

“எங்கப்பாரு காலத்துலேருந்து இப்பிடியே சுத்தபத்தமா செஞ்சு பழகிட்டோம். கலப்படம் பண்ணா கடவுளுக்கே அடுக்காதுடா.” அப்பிடின்னு நியாயம் சொல்லுவான் குமரன்.

வெளியூரு பஸ்ஸ்டாண்டுல ரெண்டு பேரும் பேசிக்கிட்டே போகும்போது சைடால வந்த சரக்கு வேன் ஒண்ணு குமரனை அடிச்சிருச்சு. ரத்தம் வழிய வழியப் பக்கத்துல இருந்த ஆஸ்பத்ரிக்கு ஆட்டோவுல தூக்கிப் போட்டுக்கிட்டு ஓடினான் இந்த குருநாதன்தான். ‘இவன் இல்லைன்னா அன்னிக்கே நான் போயிச் சேர்ந்திருப்பேன்’னு நெனைச்சிக்கிட்டே அதே டாக்டர் கிட்ட தனக்குப் பிள்ளை இன்னும் பிறக்காத காரணத்தை விசாரித்திருந்தான். அவரும் ரெண்டு மூணு டெஸ்ட் பண்ணிப் பார்த்துட்டு “விந்தணு கம்மியா இருக்கு. புள்ள பிறக்கறதுக்குத் தேவையான அளவு விந்தணு இல்ல” என்று இடியைப் போட்டிருந்தார்.

“இந்தக் காலத்துல விந்தணு இல்லாட்டா டோனர்கிட்ட வாங்கி கருவோடு செலுத்தி கரு உண்டாக்க வைக்கலாம். நல்ல ஆரோக்கியமான பிள்ளை பிறக்கும். அப்பிடி ஒரு நடை முறை பிள்ளையே பிறக்காதவங்களுக்கு வரமா இருக்கு”ன்னு சொன்னார்.

'போய்யா நீயும் உன் பிள்ளையும்' என்று கோபத்தை அடக்கியபடி எழுந்து வெளியே வந்தான்.

இந்த சோகத்திலும் கோவத்திலும் வீட்டுக்கு வந்தவனிடம் ரோகிணி முழுகாம இருக்கும் நல்ல சேதியைச் சொன்னாள். திகுதிகுவென புடம்போட்ட எரு முட்டைபோல அவன் உடலெல்லாம், மனசெல்லாம் பற்றி எரிந்தது. தானே சாம்பலாகி அவளையும் சாம்பலாக்கி சுற்றிச் சுழலவேண்டும் என்ற தீரா நெருப்பு அவனிடம் தொற்றிக் கொண்டது. 'ரெண்டு பேர் மேலயும் மண்ணெண்ணையை ஊத்திப் பத்த வைச்சிக்கிடுவோமா' என்றுகூட யோசித்தான்.

முழுகாமல் இருக்கும் அவளது தாய்மை அழகு வெருட்டுவதுபோல் இருந்தது. தலை விரித்து முன் பக்கம் வயிறு சரிந்திருப்பதைப் பார்க்கப் பார்க்கக் காளியோ, நீலியோ என்பது போலிருந்தாள். தலையை முடிந்து கொண்டே திரும்பி ஆடி அசைந்து உள்ளே போனாள். பின்னாடியே மந்திரித்தவன் மாதிரி அவள் பின்னே போனவன் உள்ளம் பல மாதிரியாகவும் பேதலித்துக் கொண்டிருந்தது.

'பிள்ளைப் பெற வக்கில்லாதவன் பெண்டாட்டிக்கு இன்னொருத்தன் பிள்ளையா...' 'பிள்ளை பிறந்ததும் அவளுக்குத் தெரியாமல் செத்துப் போச்சுன்னு சொல்லி எங்கேயாவது கொண்டுபோய் போட்டுவிடலாமா. 'சுவற்றில் மருந்துக்கடை காலண்டரில் இருந்த கொழு கொழு பாப்பா "உஷ்" என்று வாயில் விரல் வைத்து அதட்டியது. அதன் மென்மையையும் குழி விழும் கன்னத்தையும் முன் நெத்தில விழும் முடியையும் பார்த்தான். பக்கத்தில் போய் அதை உண்மைக் குழந்தைபோலத் தொட்டுப் பார்த்தான். என்னவோ பொண்டாட்டியின் வயித்தையும் தொட்டுப் பார்க்கத் தோணியது. தங்கச்சிக்குப் பிறந்த பிஞ்சுக் குழந்தையின் வாசமும் அந்தப் பஞ்சுப் பொதியும் அவன் நெனைப்பில் ஒரு கணம் வந்துபோனது.

தன்னை ஏமாத்தினவளுக்குத் தண்டனை கொடுக்க வேண்டும்தான். 'அவளுக்குப் பிறக்குற குழந்தை என்னுடையது இல்லைங்கிறது எனக்கு மட்டும்தான் தெரியும்.' அவளுக்கோ மதியழகனுக்கோ அவனுக்கு இப்பிடி ஒரு குறை இருப்பது தெரியாது.

'இவங்க ரெண்டு பேரும் பண்ண துரோகத்துக்கு பொறக்கப்போற பச்சப்புள்ள என்ன பாவம் செஞ்சுது. பொறக்கட்டும் அது

ஆணோ, பெண்ணோ அதுக்கு நாந்தான் தகப்பன். அத நல்லா வளர்ப்பேன். நல்லா படிக்க வைப்பேன். அது என் கொழந்தை. அதுக்கு எந்த பாதகமும் பண்ண மாட்டேன். அவங்க பாவத்துக்கு அவங்க பலனை அனுபவிப்பாங்க. தீர்த்துக் கட்டவோ தீர்ப்பு சொல்லவோ எனக்கு என்ன அதிகாரம் இருக்கு? அருவாளால வெட்டணும்னா அன்னிக்கே வெட்டி இருக்கணும். இப்ப என்ன வந்திச்சு. இது என் பிள்ளைன்னு கொஞ்சுறதே அவங்க ரெண்டு பேருக்கும் நான் தரப் போற தண்டனைதானே. '

மனசும் விரல்களும் நடுங்கிக் கொண்டிருந்தன மனைவியின் கர்ப்பத்திலிருக்கும் சிசுவுடன் பேசுவதுபோலப் பேசிக் கொண்டிருந்தான். இது கையாலாகாத்தனம் இல்ல. பாவமன்னிப்பு. போறா போ. கொல்ல நினைத்த கைகளை உற்றுப் பார்த்தான். சாம்பல்படிந்து சாந்தமாய் இருந்தன. அவரவர் பாவமூட்டைகளை அவரவரே சுமந்து அவரவரே எரிக்கட்டும். எருமுட்டைகள் அரசங்குச்சியில் பஸ்பமாகி மணம் வீசிக் கொண்டிருந்தன.

- புதிய தரிசனம், ஜூலை 1-15, 2014.

நந்தினி

அந்த ஆஸ்பத்திரியின் வெளி கேட் வரை அமர்ந்திருந்த மக்கள் கூட்டம் நின்றுகொண்டும் நகர்ந்து கொண்டும் ஒழுங்கற்ற அசைவோடும் இரைச்சலோடும் உணர்ச்சி வசப்பட்டும் கூச்சலிட்டுக் கொண்டிருந்தது.

"அந்த டாக்டரம்மாள வரச்சொல்லு. என் புள்ளயக் கொன்னுட்டா... இப்ப என் மாப்பிள்ளையும் தூக்கு மாட்டிச் செத்துட்டாரு." பச்சைப்பிள்ளைபோல மேல்துண்டால் முகத்தைத் துடைத்துக் கொண்டு அழுது கொண்டிருந்தார் கதிரேசன்.

"பொம்பளையா அவ... அவளுக்கு மனசாட்சி இல்ல. இந்த ஆசுபத்ரியே வேணாம்னே. கொலைகாரப் பயலுவ. ஒழுங்கா கெவனிக்க மாட்டானுவ. போன வருஷம் நம்ம வெள்ளையன் மகளும் பிரசவத்துல செத்துப் போச்சுல்ல..." என்று கூடவே சேர்ந்து யார் யாரோ குரல் கொடுத்துக் கொண்டிருந்தார்கள்.

"டாக்டரம்மா வந்தாத்தான் வாங்கிட்டுப் போவோம்."

ஒரே ஆஸ்பத்ரியில் அவரது மகள் மாப்பிள்ளை இருவரும் வெவ்வேறு இடங்களில் எடுத்துச் செல்லப்படுவதற்காகக் காத்திருந்தார்கள்.

"பச்ச மக பவள மக. இச்ச தீர்க்க வந்த மக. ஆச மக ஆஸ்தி மக ஆளில்லாமப் போனாளே செல்ல மக சின்ன மக செவலப் பசுபோல மக

சிட்டு மக பட்டு மக சொல்லிக்காமப் போனாளே.
வெள்ளி மக வைர மக வெளைஞ்ச கதிருபோல மக
வெள்ளிச்சிலைபோல மக வாழ்வழிஞ்சு போனாளே.
தங்க மக சிங்க மக சிங்காரமா வளர்ந்த மக
தங்கச்சிலைபோல மக சிரிப்பத் தூக்கிப் போனாளே."

நெஞ்சில் அடித்துக் கொண்டு ஒரு பச்சை சீலை ஆயா அழக்கூடவே இருந்த பெண்கள் அனைவரும் கண்ணீர்விட்டுக் கதறினார்கள். சில பெண்களின் இடுப்பில் அமர்ந்திருந்த சிறு குழந்தைகளும் அம்மாக்களைப் பார்த்து அழ ஆரம்பித்தன.

துபாயில் வேலை பார்த்து வந்த சேகருக்கு 50 பவுன் நகை போட்டுத் தன் மகள் வள்ளியைக் கட்டிக் கொடுத்திருந்தார் கதிரேசன். சொந்த ஊரில் உழைச்ச காசில் பிரம்மாண்டமாய் வீடு கட்டி இருக்கான். நல்ல பையன் என்று நினைத்துத் திருமணம் செய்தார். முதலில் அவன் போய்விட்டு மனைவிக்கும் விசா பாஸ்போர்ட்டு ஏற்பாடு செய்து அழைத்துப் போனான். மொத்தமே ஒரு வருஷம்கூட இருக்காது.

அங்கே வேலையிலிருந்து ஆட்குறைப்பு செய்கிறார்கள் என்று கொத்துக் கொத்தாக எல்லாரும் திரும்பிக் கொண்டிருந்தார்கள். ஊர் கண்ணே படும்படித் திருமணம் செய்து சீரோடு சென்ற மகள் ஐந்து மாத கர்ப்பிணியாய் மாப்பிள்ளையோடு திரும்பி இருந்தாள். தாயில்லாப் பிள்ளையான அவள் சொல்லாத சோகத்தைச் சுமந்திருந்ததாகப் பட்டது.

முதல் பிரசவம். டாக்டரிடம் செக்கப் செய்யவேண்டும் என்ற உந்துதல் எல்லாம் இல்லாமல் இருவரும் ஏனோ என்று வருத்தத்தில் இருந்தனர். காடு வேறு பொய்த்துப் போய் மழையும் கைவிட்டிருந்தது. ஊரில் விவசாயம் பார்த்தவர்கள் எல்லாம் டவுனுக்கு வேலைக்குப் போயிருந்தார்கள்

"டாக்டரிடம் வாம்மா" என்று அழைத்த போதெல்லாம் மகள் சொடிந்த முகத்தோடு மறுத்தாள். வள்ளிக் கிழங்காட்டம் போனவள் வள்ளிக் கொடியாட்டம் துவண்டு சிறுத்துக் கொண்டே வந்தாள். சூல் கொண்ட வயிறு மட்டும் பெரிதாக இருந்தது. அவள் மட்டுமில்லாமல் மாப்பிள்ளையும் துரும்பாகிக் கொண்டிருந்தான்.

ஒழுங்காக சோறு உண்பதில்லை. அடிக்கடி இருவரும் சீக்கு வந்த கோழிகள்போல வீட்டிலேயே முடங்கிக் கிடந்தார்கள். ஒரு நாள் கதிரேசன் மகளிடமும் மாப்பிளையிடமும்,

"அதெல்லாம் ஆனதெல்லாம் ஆச்சு. இப்ப டவுன் ஆஸ்பத்ரில போய் டாக்டர்கிட்ட காமிச்சிட்டு வந்திரலாம். எட்டு மாசமாச்சு. எப்ப பிரசவம் ஆகும்னு டெஸ்ட் எல்லாம் பண்ணி சொல்லுவாங்க. ஏதோ தடுப்பூசி எல்லாம் போடுவாங்களாம். வயித்துப் புள்ளக்காரி ஒன்னும் போடாமத்தான் உனக்கு நோவு வருது." என்று பெரிதாக அதட்டுப் போட்டார். இருவரும் வேண்டா வெறுப்பாகப் போனவாரம்தான் டாக்டரிடம் செக்கப்புக்குப் போனார்கள்.

டாக்டர் நந்தினி டவுனிலேயே பெரிய டாக்டர். கைராசிக்காரி என்று பெயர் பெற்றவள். திருமணம் குழந்தை என்று இல்லாமல் தன்னுடைய டாக்டர் வேலையையே திருமணம் செய்துகொண்டமாதிரி வாழ்ந்து வந்தாள். இத எல்லாம் நம்பித்தானே போகச் சொன்னோம் என்று கசந்து வந்தது கதிரேசனுக்கு.

"மாமா நீங்க உம்முன்னு சொல்லுங்க. போலீஸ் கம்ப்ளெயிண்ட் கொடுத்துடுவோம். இந்த ஆஸ்பத்ரில செரியா கெவனிக்கலைன்னு" தங்கச்சி மகன் ரமேஷ் கோபாவேசத்தோடு கதிரேசனிடம் கேட்டான்.

இனிக் கண்ணீரே இல்லை என்ற அளவுக்குக் காய்ந்து போயிருந்த கண்களால் அவனை வெறித்துப் பார்த்தார். 'என்ன ஆச்சு எனக்கு எவ்ளோ பெருமை. என் பிள்ளை என் மாப்பிள்ளைன்னு. வெளிநாட்டுல இருக்கா எம் மவ. ஃப்ளைட்டுல பறந்து போனான்னு எவ்ளோ இறுமாப்பா இருந்தேன். இப்ப என்னயே விட்டுட்டுப் போயிட்டாளே.'

டாக்டரின் கார் கேட்டுக்கு வெளியே வந்து நின்றது. இவர் மகளுக்குப் பிரசவ சமயத்தில் நந்தினிக்கு ஒரு மருத்துவ மாநாடு இருந்ததால் சென்னைக்குச் சென்றிருந்தாள். அடுத்த லெவலில் இருந்த மருத்துவர்கள்தான் பிரசவம் பார்த்திருந்தார்கள். பெருங்கூட்டத்தைப் பார்த்த நந்தினி உள்ளே நெருங்க நெருங்க அனைவரும் கசகசவென்றும் சத்தமிட்டும் ஆஸ்பத்ரியினைப் பற்றிப் பலவாறாகக் குறைகூறிக் கொண்டுமிருந்தனர்.

துண்டை எடுத்து வாயில் அடக்கிய கதிரேசன்... “யம்மா என் புள்ளய உங்க ஆஸ்பத்ரில கொன்னுட்டாங்கம்மா. என் வாரிசும் போச்சு என் மாப்பிள்ளையும் துக்கத்துல தூக்குல தொங்கிட்டாரு... என்னம்மா வைத்தியம் பார்க்கிறீங்க? என் புள்ள போச்சே... திருப்பித் தாங்கம்மா. என் புள்ளயத் திருப்பித் தாங்கம்மா.” என்று ஓங்கிக் குரலெடுத்து அழ ஆரம்பித்தார்.

கதிரேசனின் நடுங்கிய இரு கரங்களையும் பிடித்த டாக்டர் நந்தினிக்கும் கண்ணீர் பெருகியது.

“கொஞ்சம் உங்ககூடப் பேசணும். ப்ளீஸ் உள்ள வாங்க” என்று சொல்லித் தன் அறைக்குள் அழைத்துச் சென்றாள் நந்தினி.

பைண்ட் செய்த கல்கியின் பொன்னியின் செல்வன் புத்தகத்தைப் படித்துக் கொண்டிருந்தாள் தேன்மொழி. எவ்வளவு அழகி அந்த நந்தினி. பெரிய பழுவேட்டையாரின் பத்தினி. ஆனால் யாராலும் ஆளமுடியாத அழகுப் பேரரசி. நந்தினியின் சித்திரத்தில் மூழ்கிக்கொண்டிருந்த அவளது காதில் அம்மா அமராவதியின் இரைச்சல் தாக்கியது.

“ஏய் தேன்மொழி என்னடி செய்யிறே. இம்மா நேரமா கூப்பிடுறேன். அப்பிடி என்ன அந்த புஸ்தகத்துல இருக்கு. பொட்டச்சியா லச்சணமா அம்மாவுக்கு ஏதும் உதவி செய்தா என்ன.?”

வேகமாக வந்த அம்மா வெடுக்கென்று பிடுங்கி அந்தப் புத்தகத்தைப் பலம் கொண்டமட்டும் பிய்த்துப் போட்டாள்.

“ஐயோ அம்மா அது மூணாம் வீட்டு அக்காவோடது. என்னக் கேட்டா என்ன செய்வேன்...?”

“நான் செகிடியாட்டம் பொஸ்தகம் படிச்சதால அம்மா பிடுங்கி அடுப்புல போட்டுருச்சுன்னு சொல்லு. இந்தச் சோறு வெந்ததும் வடிச்சிட்டு கொழம்பு ஆக்கிவை.”

கண்ணீர் பெருகக் கலர் கலராக சோற்றுப் பானையின் கீழ் விறகில் எரியும் புஸ்தகத்தைப் பாதுகாக்க இயலாத பரிதவிப்போடு பார்த்துக் கொண்டிருந்தாள் தேன்மொழி.

வேகவேகமாகச் சென்று அமராவதி துவைக்க ஆரம்பித்திருந்தாள். உவர் மண்ணிட்டு வெள்ளாவிப் பானையின் சூடு ஆறிய துணிகளை வெளுத்து வெளுத்துக் கையும் காலும் வெளுத்துப் பிய்ந்து சேற்றுப் புண்ணாகி இருந்தது. கொசுவிக் கொசுவித்

துவைத்து அலசிப் பிழிந்து துணிகளைச் சடசடவெனச் சத்தம் கேட்கும்படி உதறிக் காயப்போட்டாள் அமராவதி.

கரியைப் பத்த வைத்துக் கொண்டிருந்த தேன்மொழியின் அப்பா மகளைப் பரிவோடு பார்த்துத் தன்னுடைய வேட்டியின்மேல் கட்டியிருந்த பட்டை பெல்ட்டிலிருந்து 5 ரூபாயை எடுத்து "அவ கெடக்கா. நீ அழுவாதே. வேற புக்கு வாங்கிக் கொடுக்கலாம். நீ வேணுங்கிற தீனி வாங்கிக்கம்மா" என்று சொல்லிக் கொடுத்தார். அவள் கண்ணில் கண்ணீர் வழிந்தால் அவர் நெஞ்சில் ரத்தம் வழியும் அல்லவா.

"ஐய அப்பா அது பைண்ட் பண்ண புக்கு. லெண்டிங் லைப்ரரிக்காரனுது. காசு கொடுத்தாலும் ஒப்புக்குவானா தெரிலப்பா. அக்கா திட்டும். இனி புக்கு தராது." என திரும்பக் கண்ணீர்விட ஆரம்பித்தாள்.

என்ன செய்வதென்று தெரியாமல் சூடு ஏறத் தொடங்கியிருந்த இஸ்திரிப்பெட்டியைக் கல்மேல் வைத்துவிட்டுத் துணிகளை நீவி நீவி மடிக்க ஆரம்பித்தார்.

"சரி கண்ணு நானு அந்தப் பையனைப் பார்த்தா சொல்றேன். நீ போய் அந்த டீச்சரம்மா கிட்ட இந்தத் துணிய எல்லாம் கொடுத்திட்டு வா, நேத்தே கொடுத்திருக்கணும் அவங்க வீட்ல இல்ல. இப்ப கொடுக்காட்டா அவங்க இஸ்கோல் போயிடுவாங்க" என்றார்.

சோத்து அடுப்பின் விறகுக் குச்சியை வெளியே இழுத்துவிட்டாள். தணலில் சோறு ஆகட்டும். வந்து வடிச்சிக்கலாம். எட்டாங்கிளாஸு படிச்ச பின்னாடி பெரிய புள்ளயான பொறவு அம்மா ஸ்கூலுக்கே விடமாட்டேங்குது. ரெட்டை சடை போட்டு யூனிஃபார்மெல்லாம் போட்டுப் போய்ப் போனவருஷம் ஸ்கூல் போனது. ஹ்ம்ம் பெரிய டீச்சராகணும்கிற கனவு கனவாவே போச்சு.

தன்னுடைய டீச்சர் வீட்டுக்கு இஸ்திரி போட்ட துணிகள் கொண்ட கட்டைப் பைகளைச் சுமந்து சென்றபோது அதன் வாசம் மூக்கில் ஏறி உடம்பிலும் ஒரு வித வெக்கையான சாம்பல் வாசம் பரவிற்று.

தெருமுக்கில் திரும்பும்போது அங்கே இருந்த ஆட்டோ ஸ்டாண்டிலிருந்து வெங்கடேசன் விசிலடித்துப் பாடத் துவங்கினான்.

பார்த்தும் பார்க்காமலும் சென்ற தேன்மொழி ஏதோ ஒரு தருணத்தில் காதலில் விழுந்து ஒரு நாள் மாலையும் கழுத்துமாக வீட்டுக்கு வந்தாள் புருஷனுடன் ஆட்டோவில். சொந்தத்தில் ட்ரை க்ளீனிங் கடை போட்டிருந்த மாப்பிள்ளை எல்லாம் காத்திருக்க ஆட்டோ ஓட்டுறவனைக் கட்டி வந்ததில் கொஞ்சம் கோபமிருந்தாலும் பெருமையாயிருந்தது அமராவதிக்கு.தான் சலவை செய்த ஆசுபத்திரியிலிருந்து பணம் கடன் வாங்கி விருந்து வச்சு நகைச்சீட்டை எடுத்து நகை எல்லாம் போட்டாள் மகளுக்கு.

ஆளமுடியாத அழகுப் பேரரசி நந்தினி பிறந்தாள். எந்நேரமும் கைக்குழந்தையுடனே இருந்தாள் தேன்மொழி. எந்தச் சூதுமில்லாத வாழ்வில் சூதும் வஞ்சமும் புகுந்தபோது சில பல தொடர்புகளால் வெங்கடேசனுக்குள் ஹெச்.ஐ.வி. புகுந்தது. அடுத்து சில மாதங்களில் கர்ப்பமானாள் தேன்மொழி.

மாப்பிள்ளைக்கு அடிக்கடி காய்ச்சலடிக்க மகளோ உருக் குலைந்து போகப் பேத்தியை வைத்துக் கொண்டு அல்லாடிக் கொண்டிருந்தாள் அமராவதி.தான் பணிபுரியும் ஆசுபத்ரியில் கூட்டிச் சென்று காண்பித்தால் மாப்பிள்ளைக்கு எய்ட்ஸ் இருக்கிறது என்று டாக்டர் சோதனை பண்ணிச் சொன்னார். மகளுக்கும் நோய்க்கூறு தொற்றிவிட்டதாம்.

கிறுகிறுவென்று வந்தது அமராவதிக்கு. எப்பிடிக் காப்பாத்தப் போறோம்னு. முதலில் மாப்பிள்ளை இறந்துவிட. அடுத்துப் பிரசவத்தில் பிள்ளைகளைக் கையில் கொடுத்து அம்மாவின் கையை தேவதையின் கையைப்போலப் பற்றிக் கொண்ட தேன்மொழி கதறிக்கதறி அழுதாள்.

“யம்மா நா போயிடுவேன். எம் புள்ளங்கள எப்பிடியாச்சும் காப்பாத்தி படிக்க வெச்சிடும்மா... விட்ராதம்மா.”அழுது அழுது கதறிக் கொண்டிருந்தவள் அப்பா இஸ்திரி பண்ணும் மேடையின் பக்கவாட்டு இடத்திலேயே படுத்துக்கிடந்தாள். பிள்ளைக்குப் பால் கொடுப்பதுமில்லை. இரண்டையும் கொஞ்சுவதுமில்லை. சாப்பிடுவதுமில்லை. ஒரு நாள் காலை சொடக்கென்று அவள் தலை ஒருபக்கம் சாய்ந்து கிடக்க முகத்தைச் சுற்றி ஈ மொய்த்துக் கிடந்தது..

அதோடு அமராவதியின் துன்பம் நிற்கவில்லை. நந்தினியின் தம்பி குழந்தையாக ஒரு வயதுவரை படாத பாடுபட்டு வளர்ந்தான். சொல்பவர் சொல்வதை எல்லாம் கேட்டு சுண்டைக்காய் இலையை

அரைத்துத் தேய்த்துக் குளிப்பாட்டுவது, சத்துமாவெல்லாம் கரைத்து ஊற்றுவது என்று செய்துகொண்டிருந்தாள். அவனுக்கும் அடிக்கடி வயிற்றுப் போக்கும் காய்ச்சலும் பாதித்துக் கொண்டிருந்தது.

4 வயது நந்தினிக்கு என்ன புரிந்ததோ இல்லையோ அப்பா, அம்மா செத்ததும் தம்பி தோல்குடுவைமாதிரி இருப்பதும் ஏதோ வேதனை என்று புரிந்தது. அவனும் ஒரு நாள் அமராவதி ஆயா கதறக் கதற சொடுக்கென்று தலை சாய அவள் கையிலேயே விழுந்து இறந்து கிடந்தான். வலிக்க வலிக்க நிகழ்ந்த அந்த சோகங்கள் அவளுக்குச் சின்னப் பிள்ளையில் இருந்து நன்கு தெரியும்.

"பாட்டி உனக்கு ஆப்பரேஷன் பண்றேன்" என்று டாக்டராகி விளையாடும்போதெல்லாம் அமராவதி கட்டிக்கொண்டு முத்தமிட்டுச் சொல்லுவாள். "என் ராஜாத்தி... டாக்டர் ஆகி நோவுல இருக்க எல்லாரையும் காப்பாத்து தாயி."

ஐயா உங்ககிட்ட ஒரு விஷயம் சொல்லணும். சொல்லித்தான் ஆகணும். மனசத் தேத்திக்குங்க.

'இனியும் என்ன சொல்லப்போகிறார் டாக்டர்' என்று நிமிர்ந்து கசங்கிய கண்களோடு பார்த்தார் கதிரேசன்.

"உங்க மகளுக்கும் மாப்பிள்ளைக்கும் எயிட்ஸ் இருந்தது. போன வாரம் செக்கப்புக்கு வந்தாங்கள்ல அப்ப சில சோதனைகள் செய்தோம் உங்க மகளுக்கு. எனக்கு சந்தேகம் இருந்ததால உங்க மாப்பிள்ளைக்கும் இரத்த சோதனை செய்தோம். இரண்டு பேருக்கும் எயிட்ஸ் இருந்தது."

"ஐயோ... இல்ல பொய் சொல்றீங்க." என்று கத்தினார் கதிரேசன்.

"ஐயா நான் உங்ககிட்ட பொய் சொல்ல வேண்டிய அவசியமில்ல. இந்த ரிப்போர்ட்ல இருக்கு எல்லாம். நான் சென்னைக்குப் போனதே இது மாதிரி ஒரு மருத்துவ மாநாட்டுல கலந்துக்கத்தான். வெளிநாட்டுல இதுக்கு ஆராய்ச்சி செய்து மருந்து கண்டுபிடிச்சிட்டாங்கன்னு செய்தி வந்தது. அந்த மருந்து பற்றியும் அது செயல்படும் முறை பற்றியும்தான் இந்த மாநாடு நடந்தது."

"கடவுளே... கடவுளே உனக்குக் கண்ணில்லையா. என் பிள்ளைக்கு இதெல்லாம் வரணுமா." கதறினார் கதிரேசன்.

“ஐயா மனுஷங்க தவறு செய்தா கடவுள் என்ன செய்ய முடியும். உங்க மாப்பிள்ளைகிட்டேருந்து உங்க மகளுக்கும், உங்க பேத்திக்கும் இது ரத்தத்தின்மூலம் வந்திருக்கு.”

கதிரேசனைப் பார்த்தால் மயக்கம் போட்டு விடுவார்போல இருந்தது. தன் பக்கம் மூடி போட்டு வைத்திருந்த தண்ணீர் க்ளாசை அவரிடம் நீட்டினாள் நந்தினி.

தன்னையறியாது வாங்கிக் குடித்துவிட்டுமேல்துண்டால் வாயைத் துடைத்துக்கொண்டார். கிடைத்த அதிர்ச்சிச் செய்திகள் அவர் மூளையை மரமரத்துப் போகச் செய்திருந்தன.

‘இனியும் என்ன இருக்கு?’ என்பதுபோல நந்தினியைப் பார்த்தார்.

“எய்ட்ஸ் பாதித்த பெற்றோருக்குப் பிறந்த குழந்தைகளுக்கும் பிறந்த உடனேயே எய்ட்ஸுக்கான மருந்து (AZT, 3TC, NEVIRAPINE) கொடுக்க ஆரம்பிச்சுட்டா காப்பாத்தலாம். கர்ப்பத்துல இருக்கும்போதே தெரிஞ்சுட்டா இரண்டாவது குழந்தைக்கும் எய்ட்ஸ் நோய் வராம தடுத்திடலாம். செல் ட்ரான்ஸ்ப்ளாண்ட் தெரஃபி மூலம் உங்க மாப்பிள்ளையும் பெண்ணையும் காப்பாத்தலாம்னுதான் அவங்களுக்கு இத தெரிவிச்சேன். நோய் எதிர்ப்பு சக்தி இல்லாம உங்க மகளுக்கு எட்டு மாசத்திலேயே டெலிவரி ஆகி ரத்தம் அதிகம் வெளியேறி சடன் ஸ்ட்ரோக்கால இறந்துட்டாங்க. உங்க மாப்பிள்ளை விவரம் தெரிஞ்ச பின்பு தன்னைக் காப்பாத்திக்க பல லட்ச ரூபாய்க்கு மருந்து சாப்பிடணும்னு கவலைப்பட்டுத் தூக்குல தொங்கிட்டார். நான் நேற்று சென்னையிலிருந்து புறப்படும்போதுதான் தகவல் வந்தது. நேரா இங்கதான் வர்றேன்.”

உண்மையா? என்பதுபோல இருந்தது அவர் பார்வை.

நந்தினி மேலும் தொடர்ந்தாள். “இந்த மருத்துவ முறைகள் எல்லாம் முன்பே கண்டுபிடிக்கப்பட்டிருந்தா என் அம்மா அப்பா தம்பியை இந்த நோய்க்கு பலி கொடுத்திருக்க மாட்டேன். இனியும் யாரும் உயிரிழக்காமப் பார்த்துக்கணும்னுதான் பாடுபடுறேன். புரிஞ்சுக்குங்க.” நந்தினியின் கண்களும் கலங்கி இருந்தன.

“வெளியே போய் என் மகளுக்கும் மாப்பிள்ளைக்கும் எய்ட்ஸ் அதான் இறந்துட்டாங்கன்னு எப்பிடிம்மா சொல்வேன்.?” திரும்ப அவர் கண்கள் கசிய ஆரம்பித்தன.

"ஐயா நீங்க பெரியவங்க. ஒண்ணும் சொல்ல வேண்டாம். நான் வெளிய வந்து மன்னிப்புக் கேட்டுக்கிறேன். உங்க பேத்தி எங்க கண்காணிப்புல இருக்கட்டும். இது எங்க தவறாகவே இருக்கட்டும். உங்க பேத்திய மட்டும் எங்கள நம்பிவிட்டுட்டுப் போங்க. அவ பிழைச்சு இந்த நோயை எதிர்க்க முடியும்னு தெரிஞ்ச பின்னாடி எல்லார் கிட்டயும் சொல்லிக்கலாம்."

சுவரில் மாட்டியிருந்த காமதேனுப் பசுவும் அதன் குட்டி நந்தினியும் இருந்த ஓவியத்தைப் பார்த்து டாக்டர் நந்தினியையும் பார்த்துத் தன் பேத்தியாவது பிழைத்துவிடுவாள் என்ற நம்பிக்கையோடு வெளியேறினார் கதிரேசன்.

கல்யாண முருங்கை

நாளை குடும்ப நலக் கோர்ட்டில் அதிகாரபூர்வமாக விவாகரத்துக் கிடைத்துவிடும்... அதன்பின் தனித் தனி மனிதர்களாகிவிடலாம். நினைக்க நினைக்கப் பொங்கிப் பொங்கி வந்தது சுபத்ராவுக்கு. 'எல்லாம் அவள் தப்பேதானா... 'சிந்திக்க சிந்திக்க சுய வெறுப்பில் ஆழ்ந்தாள். நிலவு தேய்ந்து கொண்டிருந்தது. இன்னும் சில நாட்களில் முழுதாக மறைந்து பின் வளரும்.

தேய்வதும் வளர்வதும் பூமியின் நிழல்படுவதால். மனதையும் மனிதத்தையும் மூடும் நிழல்களால் வாழ்வும் உணர்வுகளும் நம்பிக்கைகளும் கூடத் தேய்ந்தும் வளர்ந்தும் கொண்டிருந்தன. தோட்டத்தில் இருந்த கல்யாண முருங்கை மரத்திலிருந்து சிவப்புப் பூக்கள் ஜொலித்துக் கொண்டிருந்தன அவள் கண்களைப் போல.

பால்கனியில் அமர்ந்திருந்த சுபத்ராவின்மேல் பாலொளியைத் தடவிக் கொண்டிருந்தது நிலா. கன்னங்களில் வழிந்த நீர்க்கோடுகள் பளபளத்துக் கொண்டிருந்தன. அர்ஜுனும் அங்கே வருந்திக் கொண்டிருப்பான். ஆனால் நிமிர்த்த முடியாத அளவு வளைந்து உடைந்து போயிருந்தது அவர்களின் குடும்பமெனும் கப்பல். அதன் மாலுமிகள் இருவருமேதான் அதைக் கவிழ்த்து மூழ்கடித்துச் சென்றவர்கள்.

முதலில் கூட்டுக் குடும்பத்தால் ஆரம்பித்த பிரச்சனை பின்னர் பிள்ளையின்மையில் வந்து

விவாகரத்தில் முடிவுக்கு வந்திருக்கிறது. திருமணமான புதிதில் கணவரோடு கை கோர்த்து உலகம் முழுதும் பறக்கவேண்டும் என்பதே அவளின் எண்ணமாய் இருந்தது. கொழுந்தன்கள், நாத்திகள் அடங்கிய குடும்பத்தில் எதற்கும் நேரமில்லாமல் சமையல் ராணியாக மாறியது முதல் ஏமாற்றம்.

கணவன் தன்னைப் புரிந்து கொள்வதில்லை. அவர்கள் குடும்பத்தில் வேலை செய்ய ஒரு ஆளாகத்தான் தன்னை மருமகளாகக் கூட்டி இருக்கிறார்கள் என்ற அடுத்த தவறான எண்ணம் அவளை ஆட்டிப் படைத்தது. அதற்கு ஏற்றாற்போலக் கொழுந்தன்கள், நாத்திகள் படித்து வேலை கிடைத்துக் கை நிறைய சம்பாதிக்கத் தான் மட்டும் ஏரில் மாட்டிய எருதாய் வீட்டில் உழைத்தபடி இருந்தது வலித்துக் கொண்டிருந்தது.

இதில் பத்து வருடங்கள் கழிந்துவிட ஒவ்வொருவரும் திருமணமாகி வெளிநாடுகளில் செட்டிலாகிவிட்டார்கள். அவரவர் குடும்பம், குழந்தைகள் என்று பெருகிவிட வயதான மாமனாரும் மாமியாரும் இவர்களோடே தங்கிவிட்டார்கள். முதுமையின் காரணத்தால் அவர்களுக்கும் சிஷ்ருஷைகள் செய்து அலுத்துக் களைத்த அவள் மனதில் மெல்ல மெல்லக் கோபமும் ஆயாசமும் எட்டிப் பார்த்தன.

இவர்கள்கூடவே இருப்பதால்தான் கணவன் தன்னிடம் தனியாகக் கவனம் செலுத்துவதில்லை என்ற ஆற்றாமையும் சேர்ந்து கொண்டது. குத்தீட்டியாகக் குறுவாளாக வார்த்தைகளால் சாடுவது அவளின் வழக்கமாக ஆகிவிட்டது. எது சொன்னாலும் பெரிதாக எடுத்துக் கொள்ளாமல் மௌனமாக நகர்ந்துவிடும் கணவனை என்ன செய்வதென்றும் அவளுக்குப் புரிந்ததில்லை.

அப்படி அரற்றிப் புரண்டு அழுத பொழுதொன்றில் அரண்ட மாமனாரும் மாமியாரும் பக்கத்தில் இருக்கும் சிறுவீடொன்றுக்குத் தனியாகக் குடித்தனம் போனார்கள். தொல்லைவிட்டது என நிம்மதியாக இருந்தவளுக்குக் குழந்தையின்மை பெரிதாக உறுத்தியது.

அவளுக்குப் பின்னே திருமணமான அனைவருக்கும் பள்ளிக்குச் செல்லும் குழந்தைகள் இருந்தார்கள். குழந்தை ஆசை படுத்தி வைக்க மருத்துவரைச் சந்திக்கக் கணவனை வற்புறுத்தி அழைத்துச் சென்றாள். பரிசோதனைகளின் முடிவில் கணவனுக்கு விந்தணுக்கள் குறைவு என்பதால் குழந்தைப் பேறு அரிதுதான் என்பது தெரிந்தது.

காத்திருந்து காத்திருந்து தனக்குக் குழந்தை பாக்கியமே இல்லை என்பது அவளுக்குப் பேரிடியாக இருந்தது. 'இருசி மட்டை, மலடி' என்ற சொற்களை அவ்வப்போது கேட்க நேர்ந்தது தன் கணவனின் கையாலாகாத தனத்தால் என உறுதியாக நம்பத் துவங்கினாள். ஒரு நாள் வார்த்தைகள் தடித்துச் சண்டை வந்தது.

அது அடிக்கடி தொடர்ந்து தெருவே கேட்கும் அளவு அதிகமானது. எவ்வளவுதான் ஒரு தன்மானமிக்க மனிதன் பொறுக்க முடியும். மனைவியை அறைந்துவிட்டு வெளியே சென்றவன் இரண்டு நாட்கள் சொல்லாமல் கொள்ளாமல் தன் நண்பன் வீட்டில் தங்கிவிட்டான்.

வீங்கிய கன்னங்களோடு பிள்ளைப்பேறும் இல்லாமல் தனியே இருக்கும் தன்மேல் துளிக்கூட அக்கறையும் இல்லாமல் காணாமல் போய்விட்ட கணவன்கூட வாழ்வதென்பது அவளுக்கு அர்த்தமற்றதாகத் தெரிந்தது.

திருமணமான சில நாட்களிலேயே 'கட்டினவன் ஆம்பிள்ளையே இல்லை 'எனக் கோர்ட்டுக்கு இழுத்து விவாகரத்துச் செய்யும் பெண்களுக்கு மத்தியில்தான் இத்தனை வருடம் தன் கணவனோடு குடும்பம் நடத்தியதே பெரிது என நினைத்துக் கொண்டிருந்தாள் அவள். 'இவ்வளவுக்குப் பிறகும் சேர்ந்திருப்பது எதற்காக' என்ற எண்ணத்தோடு குடும்ப நலக் கோர்ட்டில் விவாகரத்து தாக்கல் செய்துவிட்டாள்.

குடும்ப வன்கொடுமைச் சட்டம் எல்லாம் பெண்ணுக்குச் சாதகமாகவே இருக்கிறது. கணவனின் பக்கத்தை அது அதிகம் அலசி ஆராய்வதில்லை. 'ஆண் மட்டும்தான் வன்கொடுமை செய்வான்' எனச் சட்டமும் முடிவெடுக்கிறது.

கூடப் பிறந்த அண்ணன் "கொஞ்சம் யோசித்து முடிவெடுக்கலாம்மா" என்று கூறியும் கேட்கவில்லை அவள். கணவன்கூட சமாதானத்துக்கு வந்தும் பெட்டியைத் தூக்கிக் கொண்டு கோபமாகத் தாய்வீடு வந்துவிட்டாள் அவள். பெற்றவர்களுக்கும் என்ன சொல்லித் தேற்றுவது என்று திகைப்பு. அவளின் மனப் பொருமல் தாங்காமல் விஷயம் கைமீறி விவாகரத்து வரை வந்துவிட்டது.

மாமனார் மாமியார் வந்து பேசிப் பார்த்தார்கள். வெளிநாடுகளில் இருந்து நாத்திகளும், கொழுந்தன்களும் கூடப் பேசினார்கள். குடும்ப நலக் கோர்ட்டிலும் கவுன்சிலிங் செய்து பார்த்தார்கள். சுய இரக்கம் பீரிட்டுதான் ஏதோ ஒரு விதத்தில்

ஏமாற்றப்பட்டுவிட்டதாகக் கருதி எதையும் அவள் ஆவேசம் கேட்கவே விடவில்லை. குதர்க்கமும் கோபமும் கொப்பளிக்க எல்லாரோடும் விதண்டாவாதம் செய்து கொண்டேயிருந்தாள் அவள்.

கன்னங்கள் காய இருளில் அமர்ந்திருந்த சுபத்ராவுக்கு ஏனோ தன்னுடைய திருமண ஆல்பத்தைப் பார்க்க வேண்டும் என்ற ஆவல் உந்தியது. தன்னுடைய உடைகள் வைத்திருந்த பெட்டியில் ஆல்பத்தையும் வைத்திருந்தாள் அவள்.

சிவப்பு நிறமும் தங்கக் கலர் முடிச்சும் கொண்ட ஆல்பத்தில் முதல் பக்கத்தில் அவளின் மருதாணி இட்ட கரங்களும் ஜடைபில்லை வைத்து மலர் அலங்காரம் செய்த கூந்தலும், வெட்கத்தால் ஒரு கையால் முகத்தை மூடிய புகைப்படமும் இருந்தது. 'அஹா எவ்வளவு குட்டிப் பெண்ணாக,அழகாக, பொம்மையைப்போல இருக்கிறேன் 'என்ற ரசனை அவளுக்கு ஏற்பட்டது.

அடுத்த பக்கத்தில் மாப்பிள்ளை அழைப்பு புகைப்படத்தில் அர்ஜுனும் அழகாக இளமையாக இருந்தான். எவ்வளவு முடி, என்ன சிரிப்பு மனசைக் கொள்ளை கொள்ளும் சிரிப்பு. சிங்கப்பல் தெரிய ஆண்மை நிரம்பிய சிரிப்பு. ஆனல் அவன் சிரிப்பெல்லாம் கொஞ்சம் கொஞ்சமாக அவன் அப்பா அம்மா போன பின்னும், குழந்தைப் பேறின்மைக்காகப் பரிசோதனை செய்த பின்னும் காணாமல் போய்விட்டது. புன்னகையை இழக்கும்போது மனிதர்கள் பாதி மரித்து விடுகிறார்கள்.

திருமணத்தின்போது அவன் அழகுதான்... ஆனால் இந்தக் கணத்தில் அவன் பிள்ளை தரவில்லை என்ற வருத்தத்தைவிட அவன் தன்னைப் புரிந்துகொள்ளவில்லை என்ற வருத்தமே மேலோங்கி இருந்தது அவளுக்கு.

அவளை திருப்தி செய்ய தன்னால் முடிந்த எல்லா இடங்களுக்கும் அழைத்துச் சென்றான். பிடித்ததெல்லாம் வாங்கிக் கொடுத்தான். ஆனால் எல்லாவற்றிலும் ஏதோ ஒரு சண்டை ஏனோ உற்பத்தியாகி அவர்களின் மகிழ்ச்சியை அழித்துக் கொண்டிருந்தது.

அடுத்தடுத்த பக்கங்களில் இந்தப் பிள்ளைக்கு நல்ல வரனைப் பிடித்துவிட்டோமென்று சந்தோஷமாகச் சிரிக்கும் அம்மாவும் அப்பாவும் அண்ணனும் தெரிந்தார்கள். மறு வீடு அழைக்கும்போது மாமனார் பார்த்த அன்புப் பார்வை புகைப்படத்தில் பதிந்திருந்தது. சடங்கு செய்யும் மாமியாரின்

புன்னகை மனதை இம்சைப்படுத்தியது. அவர்களைத் தான் வெளியேற்றியது தப்போ என்ற எண்ணம் உறுத்தியது.

நாத்திகளும் கொழுந்தன்களும் பரிசுப் பார்சல் ஒன்றைக் கொடுத்துப் பிரிக்கும்படிச் சொல்லி யார் முதலில் பிரிக்கின்றார்கள் என்று பார்த்து அதற்கேற்பக் கூச்சலிட்டுக் குரல் கொடுத்துக் கை கொடுத்த புகைப்படம் மனதை நிறைத்தது. அந்தச் சமயத்திலும் மெல்லமாகப் பிரித்துக் கணவன் தனக்குவிட்டுத் தந்து புன்னகைத்தபடி தன்னைப் பார்ப்பது புகைப்படத்தில் தெரிந்தது.

பள்ளி முடித்துக் கல்லூரி செல்லும் காலகட்டத்தில் கொழுந்தன்கள் தான் செய்யும் உணவைப் புகழ்ந்து தன் நண்பர்களுக்கும் எடுத்துச் சென்றதும், நாத்திகள் உரிமையோடு தன் புடவைகளைக் கல்லூரிக்கு அணிந்து சென்றதும் அவள் நினைவில் ஆடியது. முதன் முதல் அவள் செய்து பார்க்கும் ஒவ்வொரு ரெசிப்பியையும் ருசித்துப் பாராட்டும் அவர்களின் அன்பு முகங்களும் குரல்களும் மனதை என்னவோ செய்தன. ‘ஹ்ம்ம் என்ன செய்ய? யார் பாராட்டி என்ன... எனக்கென்று ஒரு குழந்தை இல்லையே ‘என்ற ஏக்கம் அவள் மனதில் மீண்டும் வெறுமையைப் படிய வைத்தது.

ஆல்பத்தின் பக்கங்களைப் புரட்டிப் பின்னோக்கி ஆழ்ந்தவள் அதன் பின் இருந்த மெடிக்கல் ரிப்போர்ட்டையும் அசிரத்தையோடு பார்த்தாள். இருவருக்கும் எடுத்த டெஸ்ட்களும் ரிசல்ட்டுகளும் அதில் இருந்தன. டாக்டர் தனக்கு ‘விந்தணுக்கள் குறைவினால் குழந்தைப் பேறு கிடைப்பது அற்பம்’ என்று சொன்னதாகக் கணவன் சொன்னதைக் கேட்டு அவள் அப்செட் ஆனதைத் தவிர அன்றுவரை அந்த ரிசல்ட்டுகளை முழுமையாகப் படிக்கவில்லை. அவனுடைய ரிசல்டை மட்டும் சொன்னவன் தாங்கள் தத்தெடுத்துக் கொள்ளலாம் என்று சொன்னதால் அவள் மிக்க கோபத்தில் தன்னுடைய ரிசல்ட்டுகளையும் பார்க்கவில்லை.

அசிரத்தையாக எடுத்துப் படிக்கத் துவங்கியவள் கொஞ்சம் கொஞ்சமாக அதிர்ச்சி அடைந்தாள். கணவனுக்கு விந்தணுக்கள் கம்மி என்ற ரிசல்ட்டோடு அவளுக்கும் கர்ப்பப்பையின் வாய் திரும்பி முடிச்சாய் இருப்பதாகவும், நிணநீர்க் கட்டிகள் இருப்பதாகவும், மேலும் கர்ப்பம் தரிக்க இயலாமல் ஒரு வித அமிலம் சுரந்து உட்புகும் விந்தணுக்களையும் அழித்துக் கொன்று விடுவதாகவும் அந்த ரிப்போர்ட்டில் இருந்தது.

‘நீயும்தானேடி காரணம்’ என்று அன்றே அவன் இதனைப் போட்டு உடைத்திருக்கலாம். தன் மனைவி, தன் சரிபாதி, தான் பட்ட துயரத்தை அவளும் படவேண்டாம் என்ற நல்லெண்ணத்தில் சொல்லாமல் குத்திக்காட்டாமல் இருந்திருக்கிறான் என்ற பேருண்மை உறைத்தது.

தான் தன் கணவனைக் கொடுமைப் படுத்தியும் தன்னைப் பற்றிய இந்த உண்மைகளைச் சொல்லித் தன்னைப் புண்படுத்தாத அவன் நல்ல உள்ளத்தை எண்ணி அவள் தன்னையறியாமல் கண்ணீர் சொரியத் துவங்கினாள். இது சுய இரக்கத்தால் அல்லாமல் தன் தவறுக்கான வருத்தமாகவும் தன் இயலாமையைப் புரிந்து கொண்டதாலும் தன் கணவனிடம் மானசீகமாக மன்னிப்புக் கேட்கும் விதத்திலும் இருந்தது. உடனே அவனைப் பார்க்கவும் அவன் ஆதூரமான குரலைக் கேட்கவும் மனம் ஏங்கியது.

ஜன்னல் வழி கல்யாண முருங்கை மரத்தின் பக்கம் பார்வையைத் திருப்பியவளுக்குத் தானும் ஒரு கல்யாண முருங்கையாகக் காய் கனியில்லாமல் வெறுமே பூத்திருப்பதாகப் பட்டது. கல்யாண முருங்கை பிள்ளைப்பேறு அளிக்கும் மருத்துவச் செடி. ஆனால் அதற்குக் காய்ப்பில்லை. கனியில்லை பூத்து உதிரும் அதற்குப் பிள்ளைப் பேறு கிடையாது. அந்தக் கல்யாண முருங்கையாகத் தானிருக்கும் கோலத்தை எண்ணிக் கலங்கியவள் ஒருவாறாகத் தூங்கியிருந்தாள்.

காலையில் காகங்கள் கரையும் ஒலியோடு குயிலின் கூவல் இசையும் எழும்பியது. “காகத்தின் கூட்டில் குயிலும் முட்டையிட்டு வைத்து விடும்” என்றும் “ஆனால் காகம் வித்யாசம் பார்க்காமல் அனைத்து முட்டைகளையும் அடைக்காத்துக் குஞ்சு பொரிக்கும்” என்றும் பக்கத்து வீட்டு அம்மா பேரனிடம் சொல்லிக் கொண்டிருந்தார்.

‘காகங்கள் பேதம் பார்ப்பதில்லை. மனிதர்களாகிய நாம்தான் பேதம் பார்க்கிறோம். யார் தேவை, யார் தேவையில்லை என்று பிரித்து விடுகிறோம் ‘என்று தோன்றியது அவளுக்கு. வயதான தன் தாய் தகப்பன் தன்னைப் பார்த்துக் கவலையில் ஆழ்ந்திருப்பது அவளுக்கு என்னவோ போலிருந்தது. இவர்களைப் போலத்தானே தன் மாமனாரும் மாமியாரும். அவர்களை ஏன் வெறுத்தோம். அவர்களும் வயதான குழந்தைகள் போலத்தானே. அவர்களைப் பார்ப்பது கஷ்டம் என்று நினைத்து வெறுத்து ஒதுக்கினோமே.

அவர்களை அழைத்து வந்து தங்களோடு வைத்துக் கொள்ள வேண்டும் என்று நினைத்தாள். அன்று காலை விவாகரத்து வழங்கப்படும் முன் ஒப்புதல் கேட்பார்கள். அப்போது அதை மறுத்துக் கணவனிடம் மன்னிப்புக் கேட்க வேண்டும். அந்தப் பேரன்புக்காரன் தன்னை மன்னிப்பான். ‘தங்களுக்குக் குழந்தைப் பேறில்லாவிட்டால் என்ன? தங்களைப் பெற்றவர்களைக் குழந்தைகளாகப் பார்த்துக்கொள்ள தனக்குச் சம்மதம்’ என்று சொல்ல வேண்டும்.. பெற்ற குழந்தைகள் இருக்கும்வரை முதியோர் இல்லங்களுக்கு அவர்கள் போகக்கூடாது. பின் பிள்ளைகளால் என்ன பயன்...

அவர்களுக்குப் பின்...? எத்தனை குழந்தைகள் தாய் தந்தை அன்பு கிடைக்காமல் அநாதையாகத் தவிக்கிறார்கள். தத்தெடுத்துப் படிக்க வைத்து நல்ல வாழ்வளிக்கலாம். நல்ல அம்மாவாக இருக்கலாம். பெற்றால்தான் பிள்ளையா?’ ஒருவேளை இதைச் செயல்படுத்த முடியாவிட்டால்...? அந்தக் கேள்வியோடு தன் கணவனுக்குத் தான் குழந்தையாகவும் தனக்கு அவன் குழந்தையாகவும் இருக்கவேண்டும் என உறுதி எடுத்துக் கொண்டாள். தன்னை மனிதர் நலனுக்கு முழுமையாக வழங்கிய கல்யாண முருங்கை வாசலில் ஆதரவாக அசைந்து கொண்டிருந்தது. காற்றில் அதன் சிவப்புப் பூக்கள் சிலிர்த்துக் கொண்டிருந்தன.

- தென்றல். (அமெரிக்கத் தமிழ் இதழ்) ஜனவரி, 2016.

ஸ்ட்ரோக்

ஸ்க்ரீன் சேவரில் வைத்திருந்த அஞ்சனாவின் கண்களையே பார்த்தபடி அமர்ந்திருந்தார் ஜோ. பேசும் கருவிழிகள். பேச்சற்று நிறுத்தும் விழிகள். எத்தனை மொழிகள் இருந்தென்ன மொழியற்று அமரவைக்கும் இவள் பார்வை ஒன்றே போதாதா. எதற்காக மொழிகளுக்கு ஏங்குகிறோம், அது தரும் போதைக்கும் என நினைத்தபடி மனமில்லாமல் ஸ்க்ரீனை மேலே தள்ளியபோது மெசெஜ் ஒன்று வந்திருந்தது அவளிடமிருந்துதான்.

மூன்று குழந்தைப் புகைப்படங்கள். அன்று க்ரீமி இன்னில் எடுத்தது. 'குழந்தைப் பொண்ணு. இல்லை பயபுள்ள.' பதினைந்து வயதில்தான் பெரியவளானாளாம். பத்து வயதுவரை ஆண் என்றே எண்ணிக் கொண்டாளாம். சிரிப்பு வந்தது அவருக்கு. 'அழகான தோள் பட்டைகள்.' அதில் நிம்மதியாகச் சாய்ந்து கொள்ளவேண்டும் போலிருந்தது. எப்போது என்றுதான் தெரியவில்லை.

தினம் நூறு வருகிறது ஆனால் ஒன்றிலும் அவர் எதிர்பார்த்தது வரவில்லை. ஒரு மூன்று வார்த்தைகள். சொல்வாள் சொல்வாள் என நினைத்துத் தள்ளிப்போய்க்கொண்டே இருக்கிறது. நிச்சயம் சொல்லிவிடக்கூடும் என நினைத்த சந்தர்ப்பங்கள் அநேகம். ஆனாலும் தவிர்த்தே வருகிறாள்.

அஞ்சனா ஆர்க்கிடெக்ஸிங் முடித்துவிட்டு கட்டிடங்களின் உள்பாகங்களை உருவமைத்துக் கொண்டிருந்தவள். வேலையை விட்டுவிட்டு

தேனம்மை லெக்ஷ்மணன் | 97

ஃப்ரீலான்சிங்காக பத்திரிகைகளின் மேல் உள்ள ஈர்ப்பால் டிசைன் இன்ஜினியரிங் முடித்த தகுதியை வைத்து விதம் விதமான படங்களால் பத்திரிகை உலகைக் கலக்கிக் கொண்டிருந்தாள்.

ஒரு விருப்பற்ற தன்மையில்தான் அவர்கள் அறிமுகம் ஆகியிருந்தது. ஜோ ஒரு ஆடிட்டர். கம்பெனிகள் மற்றும் சில பத்திரிகை அலுவலகங்களுக்கும் அவர் ஆடிட்டிங் வேலைகள் செய்து கொடுத்துக் கொண்டிருந்தார்.

வேலை பளுவை எளிதாக்க ஒரு புகைப்படம் எடுப்பவர் கம் லே அவுட் ஆர்ட்டிஸ்டை அனுப்பக் கோரி அவரது பத்திரிகைத் தோழி தனா தனது அலுவலகத்தில் கேட்டிருந்தபோது தனது படங்களுடன் வந்து சேர்ந்தாள் அஞ்சனா.

ஒரு ஜீன்ஸ் பேண்டும் டாப்ஸும் போட்டு பாய் கட்டிங் செய்திருந்தாள். கொஞ்சம் பையனைப் போன்ற நடையுடை பாவனை. நேர்கொண்ட பார்வையுடன் கம்பீரமான பெண் உடல். எந்த மேக்கப்பும் இல்லாத முகத்தில் கண்கள் மட்டும் காந்தம்போல இழுத்தது. மேலோட்டப் பார்வைக்குச் சில மரங்கள் சில மலைகள் தென்பட்ட படங்களைப் பார்த்து இவர் ஃபைலை ஒதுக்கிவிட்டு அஞ்சனாவை அசட்டையாகப் பார்த்துவிட்டுக் கிளம்பியிருந்தார்.

ஓரிரு நாட்கள் கழித்து தனாவுக்கு ஃபோன் செய்தபோது அந்தப் பெண் அப்பாயிண்ட் ஆகியிருப்பதாகச் சொன்னாள்.

“சுமாரான படங்கள் எடுத்திருக்கா தனா. இத வைச்சு நீ எப்பிடி வேலை வாங்கப் போறே?”

“இல்ல ஜோ. நீ கிளம்பி வா. சரியா பார்க்கலை. அந்தப் படங்களை இன்னொரு தரம் பாரு”

‘என்ன பெரிசா இருக்கப் போவுது’.

‘மிராகுலஸ் ஜோ. பார்த்தா சொல்வே. இது எல்லாமே ஃபண்டாஸ்டிக்.’

இன்னும் இரு நாள் கழித்து அசட்டையாகக் கிளம்பிப் போனார்.

“சைத்தானே” பாராட்டுகிறாரா திட்டுகிறாரா எனப் புரியாமல் தனா பார்த்தாள். புகைப்படங்களையும் அவள் வரைந்த லே அவுட்டுகளையும் பார்த்து ஜோ பாராட்டுவது போல்தான் தோன்றியது. மலைகள் மார்பகங்களாகவும். மரக்கிளைகள்

கைகளாகவும் அருவி கூந்தலாகவும் இரு பரிமாணத்தில் தெரிந்தது ஒரு படம். இன்னொரு படத்தில் இரு மரங்கள் அதன் கிளைகளூடே ஆணும் பெண்ணும் கை கோர்த்துக் காதலாகியிருந்தார்கள். இரண்டு அன்னங்கள் காதலர்களின் கரங்கோர்த்த அணைப்பையும் முத்தத்தையும் வரிவரியாக்கி இருந்தன. பார்க்கப் பார்க்கப் பிரமிப்பு ஊடுருவி இருந்தது அவர் முகத்தில். என்ன ஸ்ட்ரோக்ஸ்.

யதேச்சையாக எடிட்டர் தனா ரூமுக்குள் நுழைந்த அஞ்சனாவைப் பார்த்த ஜோ அந்த அலட்சிய முகத்தையும் அதன் மைய ஈர்ப்பான இரு கண்களையும் பார்த்தார். கண்களைக் கண்கள் கவ்வி விழுங்கக் கூடுமோ. கருந்துளை இதுதானோ. காணாமல் போகவோ. காதலில் விழுந்தார் விழுந்தவர் எழவேயில்லை. அவளுக்குப் பிடித்திருக்கிறதா அவரை. இதே குடைந்து கொண்டிருக்கிறது இன்றுவரை அவர் மனதில்.

பொதுவாக அடுத்தவர் அந்தரங்கத்தை அறிவதில் அவருக்குத் துளியும் விருப்பமில்லை. ஆனால் அவர் அவளைக் காதலிக்கத் துவங்கி இருந்தார். தெரிந்துகொள்ளும் தேவை இருந்தது. அவருக்குத் திருமணமாகி மனைவியை இழந்திருந்தார். அவளுக்கும் திருமணமாகி மணவிலக்குப் பெற்றிருந்தாள். அவளுக்கு ஒரு குழந்தை இருப்பதாகவும் கணவன் பராமரிப்பில் இருப்பதாகவும் தனா சொல்லியிருந்தாள்.

“இப்போது உன் வாழ்வில் நீ மட்டும் இருக்கிறாய். என் வாழ்விலும் நான் மட்டுமே இருக்கிறேன். நாம் இருவரும் இணைந்து வாழ்ந்தால் என்ன. நமக்காக வாழ நம்மைச் சிந்திக்க நம் இருவருக்கும் துணை தேவை.” க்ரீமி இன்னில் குளிர்ந்த விரல்களால் லேசாக அவள் கைகளைப் பற்றுவதுபோல அவர் ஒரு வேகத்தில் சொல்லி முடித்தார்.

“இதெல்லாம் நினைக்கவே நேரமில்லை. இனியும் ஒருமுறை இதெல்லாம் தேவையா என்று யோசிக்க வேண்டும் ஜோ”. ஒரு மாதிரி கசப்பாகப் புன்னகைத்தாள் அஞ்சனா. குழந்தைகள் ஆரவாரமாக ஆடிக்கொண்டிருந்தார்கள். அவ்வப்போது ஓரிரு குழந்தைகளை செல்ஃபோனால் படம் பிடித்துக் கொண்டிருந்தாள். இவள் புகைப்படம் எடுப்பதைப் பார்த்துப் பக்கத்தில் ஓடிவந்து சாய்ந்த குழந்தை டேபிளைத் தட்டியது. உருண்ட ஐஸ்க்ரீம் கப் சாய்ந்தது. பிடித்த இருவர் கைகளிலும் ப்ளாக் கரண்ட் ஐஸ்க்ரீம் மின்சாரமாய்ப் பாய்ந்தது.

“மெதுவா யோசிச்சுச் சொல்லு அவசரமில்லை. எந்த சுனாமியும் வரப் போறதில்லை.”

“அது எப்பிடித் தெரியும்?”

“தெரியும்.” அழுத்தமாகப் புன்னகைத்தார். ‘திஸ் இஸ் த எண்ட்’ சொல்லிக் கொண்டது மனது. ‘வாழ்வது ஒரு முறை. அதில் காதலும் ஒரு முறை.’ கழுவிய பின்னும் ஐஸ்க்ரீம் பிசுக்கோடு கை மணத்துக் கொண்டிருந்தது. காதோரம் அவள் அடித்திருந்த பாய்சன் செண்டின் மணத்தைப்போல.

தினம் பல நூறு மெசேஜ்கள் அவளிடமிருந்து. முதிர்ந்த காதலர்களைப்போல எதையும் பேசிக்கொள்வதில்லை அவர்கள். தினம் காலையை ஆரம்பிக்கும்போதும் படுக்கைக்குச் செல்லும்போதும் அவளின் சில மெசேஜ்கள் அவரைப் புதுப்பிக்கப் போதுமாயிருந்தன. காத்திருந்தார் அவர்.

அஞ்சனா ட்ரெயினில் ஏறினாள். இந்த ப்ராஜெக்ட் சக்சஸ்ஃபுல்லா முடிந்துவிட்டது குறித்து நிறைவாயிருந்தது அவளுக்கு. ஆனாலும் அடிக்கடி ஏற்படும் தலைவலி ஆளைப் பிளந்துகொண்டிருந்தது. சிசுக்கொலைகள், குழந்தைத் திருமணங்கள் நிறைந்த தமிழக கிராமமொன்றில் ஒரு பேட்டிக்காகப் புகைப்படங்கள் எடுக்க வேண்டியிருந்தது. அதன்பின் தங்கியிருந்த வீட்டில் சொல்லிக் கொண்டு ரயில் நிலையத்துக்குப் புறப்பட்டாள்.

தினம் தினம் ஜோவுக்கு அனுப்பும் மெசேஜ்களையும் அனுப்ப மறந்திருந்தாள் அவள். மதியம் ஹோட்டல் சாப்பாட்டில் உப்பை அளவுக்கு மீறிக் கொட்டியிருந்தார்கள். சோற்றிலும் உப்பு. தின்னப் பிடிக்காமல் தயிரைக் குடித்துவிட்டு எழுந்தாள் அவள். ஏதாவது ப்ரெட் கிடைத்தால் தேவலை. சிந்தித்தபடி ஸ்டேஷனின் கடைகளைப் பார்வையிட்டாள். மிகப் பழைய பாக்கிங்காக ரொட்டிகளும் சில குளிர் பானங்களும் இருந்தன. ஓரிரு பத்திரிகைகளும் வாங்கிக்கொண்டு ப்ளாட்ஃபார்மின் கடையோர பெஞ்சில் அமர்ந்தாள்.

பதின்பருவப் பெண்கள் செல்ஃபோனைக் கீறியபடிக் கடந்து சென்றார்கள். இன்றைய சுதந்திரம் அன்றைக்கு இல்லை. தன்னுடைய பதின்பருவங்களை எண்ணிப் பார்த்தாள் அஞ் சனா. பதினைந்து வயதுவரை புஷ்பிக்கவில்லை என்று பறந்த பாட்டி, அவள் புஷ்பித்ததும் கோயில் கோயிலாக வேண்டுதலை நிறைவேற்றியது ஞாபகம் வந்தது. ‘ஆணைப்போல அல்லதான்’ ‘ஆண்போல நினைத்தாலும் நீ பெண் அதனால் நாணிக்குனிய

வேண்டும்' என்று சடங்கு நிகழ்ச்சிகளில் சொந்த பந்தங்கள் அவளுக்குக் கற்பித்தன.

"டாக்கு டாக்குன்னு பயலைப்போல நடக்காதே. காலைச் சவட்டிக்கிட்டு நிக்காதே. பராக்குப் பார்க்காதே. மெதுவா நட. குனிஞ்சு நட. சிரிக்காதே. வீட்டுக்குள்ளே இரு. பாதுகாப்பா இரு. வேலையைப் பாரு. இதுதான் இவ்ளோதான். எவ்வளவு எளிதானது வாழ்க்கை." எனச் சொல்லியது வீடு. அவளுக்கு மூச்சு முட்டியது. 'இது எளிதில்லை. இந்த எளிமை எனக்கு வேண்டாம்.' மீற முடியாது. புதைந்து போனாள்.

காதல்... இனக்கவர்ச்சி. அதன் ரேகைகள் அவ்வப்போது வந்து மின்னல் மாதிரி வெட்டிப் போனது. இந்த வீட்டுப் புள்ள காதலிக்கலாமா. அது குலத் துரோகம். கண்ணைக் கட்டிக் கொள்ளலாம் படிப்பென்னும் சேணத்தில். இறுக்க இறுக்கக் கட்டினாள். தன்னை மீறி வெளிப்பட்ட பெண்மையை உள்ளாடையால் இறுக்கி முடிந்துகொண்டதுபோல.

இருளில் அமர்ந்து தனது தைரியத்தை ஆராய்ந்து கொண்டிருந்தாள். மண்டை நெடுக நரம்புபோல வலித்தது. தைராய்டு, ப்ரஷர் எல்லாம் ஆக்கிரமித்துக் கொண்டிருந்தன. அடிக்கடி செக்கப்புகள், ஹை டிப்பெண்டபிலிடி செல். கார்டியோ க்ராஃபின் கிறுக்கல்கள் ஸ்ட்ரோக்குகளாய், அவளது ஓவியங்கள் போலக் கையைக் கீறிய ஊசிகளும் யூவி ட்யூபுகளும்.

படுக்கை ஒரு சிலுவைபோல அவளைத் தாங்கி இருக்கிறது. புண்ணாய்ப் போன உடம்பில் அவ்வப்போது மெலிய இறகாய் பக்கத்துச் சுவரின் ஓவியத்திலிருந்து இறங்கித் தடவிக் கொண்டிருந்தது காதல், ஜோவின் பார்வையைப்போல. எத்தனை முறை ஓடி வந்துவிட்டார். எவ்வளவு செலவு. எதற்கும் கணக்கில்லை. திரும்ப வாங்கிக் கொண்டதுமில்லை.

"ரத்தக் கொதிப்பு எதற்கென்று" விசாரித்துச் சிரித்தார் டாக்டர். எந்தப் பிரச்சனைகளும் இல்லாத வாழ்வில் பழையவற்றின் மன அழுத்தங்கள் அவள்மேல் பாரமாய்ச் சாய்ந்திருந்தன. "கிட்னி, கண்ணு, மூளைய பாதிக்கும். ரத்த அழுத்தத்தைக் கட்டுக்குள்ள வைங்க" என்று எல்லா டெஸ்டும் எடுத்து மாத்திரைகள் தந்தார். "தினம் இருவேளை கட்டாயம். என்னன்னே தெரியல உங்க ரத்த அழுத்தம் இறங்கவே இல்லை. பரம்பரை காரணமா இருக்கலாம். ஃப்ளக்சுவேஷன்ஸ் இருந்துட்டே இருக்கு. சரியான மருத்துவம்

இல்லாட்டி ஸ்ட்ரோக்ஸ் வர வாய்ப்புகள் இருக்கு. யோகா தியானம் வாக்கிங் அவசியம்."

மாத்திரைகள் எடுத்து இரண்டு நாளாயிற்று. மண்டை புண்போல வலித்தது. வருடிக் கொண்டாள். எந்த வலியும் கண்ணில் இறங்குவதுபோல இருந்தது. தலையைச் சாய்த்து அமர்ந்தாள். திருமணம் இருமனம் கூடாத வெறும் மணம். குழந்தையைக்கூட விட்டு வைக்காமல் பிரித்துப்போன வெறும் மனம். செல்ஃபோனில் ஒற்றைக் கொக்கை வரைந்தாள் அதன் வாயில் ஒரு உறுமீன் இருந்தது.தான் அந்த உறுமீனாய்த்தோன்ற அழித்தாள்.

பக்கத்தில் குழந்தைகள் ஆடிக் கொண்டிருந்தார்கள். ஜோவுக்கு இன்றாவது சந்தோஷத்தைக் கொடுக்க வேண்டும். எத்தனை நாள், எத்தனை ஆண்டுகள் தவம் செய்கிறார். ஓரிரு வார்த்தைகளில் அவர் முகத்தில் ஏற்படும் சந்தோஷம். மெல்ல மெல்லப் பூவைப்போல மலர்ந்து கொண்டிருந்தது அவள் இதயம். இதயம் தேடும் இதயம். எந்த நிர்ப்பந்தங்களும் இல்லை. சொல்லிவிடலாம்தான். இன்றே சொல்லிவிட்டால் என்ன? ந்யூரான்களின் தாறுமாறான ஆட்டம்.

அவளும் ஜோவும் நடந்து செல்லும் பாதைகள் ரோஜாக்கள் சூழ இருந்தன. ஒரே நறுமணம். எண்டார்ஃபின்கள் நடனமாடின. வழிந்து இறங்கின. "கைகள் கோர்த்துக் கொள்வோம் ஜோ" அஞ்சனா சிறுபிள்ளையாய்க் கூற மறுதலிப்பில்லாமல் கோர்த்துக் கொண்டார். பறந்தார்களா மிதந்தார்களா தெரியவில்லை. கூ என்ற சத்தத்தோடு ரயில் வந்தது. ஏசி கம்பார்ட்மெண்டில் ஏறினாள். தடுமாறியது.

இன்னும் ப்ரட்டைச் சாப்பிடவில்லை. சாப்பிடத் தோன்றவில்லை அவளுக்கு. தலை பிளந்துகொண்டிருந்தது. கண் மசமசப்பாய். டிடி ஆரிடம் டிக்கெட்டைக் காண்பித்துவிட்டுக் கைகளைக் கோர்த்துத் தலைப்பக்கம் வைத்துச் சாய்ந்தாள். குழந்தை புகைப்படங்களைப் பார்த்தாள். அவளின் குழந்தை ஞாபகம் தின்றது. ஜோவுக்கு மூன்று படங்களை அனுப்பினாள்.

திரும்பக் கண்ணுக்குள் ரோஜாத் தோட்டம். அவற்றைப் பிழிந்ததுபோல கண்ணுக்குள் வலி. அவள் விரும்பி அடித்துக் கொள்ளும் பாய்சன் செண்டின் வாசம். கண்ணுக்குள் மின்னல் கொடிபோல வலியோடு ஒன்று பாய்ந்தது. பேரமைதி சூழ்ந்தது அவளை. மீளாத உறக்கத்தில் ஆழ்ந்தாள்.

அவளிடமிருந்து மெசேஜ்கள் வந்து 20 மணி நேரம் ஆகிவிட்டதே. குங்குமச்சிமிழ், குலாப் ஜாமூன் மல்லிகைப்பூ. போதுமா. தானும் ஒரு சராசரி மனிதனைப் போல நடந்துகொள்வது குறித்து வெட்கமாயிருந்தது அவருக்கு. திரும்பப் பைக்குள் போட்டு வைத்தார். கொடுப்போமா வேண்டாமா. சிரிக்கப் போகிறாள். அவள் வரும் ரயில் இன்னும் சில நிமிடங்களில் ப்ளாட்ஃபார்முக்கு வந்துவிடும். பரபரப்பில் அவரின் இதயம் தாறுமாறாகத் துடித்தது. இப்போதேனும் சொல்லுவாளா.

திரும்ப ஒரு முறை எடுத்துப் பார்த்தார் அவர். அட அட அட ஒளிர்ந்தன அவர் கண்கள். மூன்று குழந்தைப் படங்கள். அதே க்ரீமி இன் குழந்தை. ஒன்றில் நேராக நின்று பக்கவாட்டில் கை வைத்திருந்தது. இன்னொன்றில் தரையில் தப்பென்று அமர்ந்து கால்களை நீட்டி இருந்தது. மூன்றாவதில் குட்டிக் கரணம் அடிக்கும் போஸில். அதைத் தலைகீழாக்கி அனுப்பி இருந்தாள். அது சொல்லிய சேதி இதுதான். இதுவேதான்... ILU.